D1772358

இலக்கியமும் இலக்கியவாதிகளும்

இலக்கியமும் இலக்கியவாதிகளும்

வண்ணநிலவன் (பி. 1949)

1949 டிசம்பர் 15 அன்று திருநெல்வேலியில் பிறந்தார். தந்தை உலகநாதன், தாய் ராமலட்சுமி. வண்ணநிலவனின் இயற்பெயர் ராமச்சந்திரன். *கண்ணதாசன்*, *கணையாழி*, *அன்னைநாடு*, *புதுவை குரல்*, *சுபமங்களா*, *துக்ளக்* ஆகிய பத்திரிகைகளில் பணியாற்றியுள்ளார். குறிப்பிடத்தக்க மொழிபெயர்ப்புகளுடன் ஐம்பதுக்கும் மேற்பட்ட கவிதைகள், நூற்றைம்பதுக்கும் மேற்பட்ட சிறுகதைகள், ஏழு நாவல்கள், முந்நூற்றுக்கும் மேல் கட்டுரைகள் எழுதியுள்ளார்.

'கடல்புரத்தில்' நாவலுக்காக இலக்கியச் சிந்தனை விருது, 'தர்மம்' சிறுகதைத் தொகுப்புக்காகத் தமிழக அரசின் விருது ஆகியவற்றுடன் புதுதில்லி ராமகிருஷ்ண ஜெய் தயாள் மனிதநேய விருது, 'சாரல்' இலக்கிய விருது, எஸ்.ஆர்.வி. தமிழ் இலக்கிய விருது, வாலி விருது, விஜயா வாசகர் வட்டத்தின் ஜெயகாந்தன் விருது, உலகத் தமிழ்ப் பண்பாட்டு மைய விருது, கோவை கொடீஸியா வாழ்நாள் சாதனையாளர் விருதுகளையும் வண்ணநிலவன் பெற்றுள்ளார். 'கடல்புரத்தில்' தூர்தர்ஷனில் பதின்மூன்று வாரத் தொடராக ஒளிபரப்பானது. வண்ணநிலவனின் மனைவி பெயர் சுப்புலட்சுமி. இவர்களுக்கு இரண்டு மகள்கள், ஒரு மகன் உள்ளனர். தற்போது சென்னையில் வசித்துவருகிறார்.

வண்ணநிலவனின் படைப்புகள்

- நேசம் மறப்பதில்லை நெஞ்சம்
- கடல்புரத்தில்
- கம்பாநதி
- ரெயினீஸ் ஐயர் தெரு
- காலம்
- உள்ளும் புறமும்
- எம்.எல்
- மறக்க முடியாத மனிதர்கள்
- வண்ணநிலவன் சிறுகதைகள்
- மழைப் பயணம்
- இரண்டு உலகங்கள் (சிறுகதைகள்)
- பின்நகர்ந்த காலம் (இரண்டு பாகங்கள்)
- சில இயக்குநர்கள் சில திரைப்படங்கள்
- வண்ணநிலவன் எண்ணமும் எழுத்தும்
- வண்ணநிலவன் கவிதைகள்

வண்ணநிலவன்

இலக்கியமும் இலக்கியவாதிகளும்

காலச்சுவடு பதிப்பகம்

அன்பார்ந்த வாசகருக்கு,

வணக்கம்.

காலச்சுவடு நூலை வாங்கியமைக்கு நன்றி.

நூலின் உள்ளடக்கம், உருவாக்கம், அட்டைப்படம் இன்ன பிற அம்சங்கள் பற்றிய உங்கள் கருத்துகளையும் ஆலோசனைகளையும் காலச்சுவடு வரவேற்கிறது. தகவல், எழுத்து, வாக்கியப் பிழைகள் தென்பட்டால் கட்டாயம் தெரிவித்து உதவுங்கள். நூல் தயாரிப்பில் கடும் குறைபாடு இருப்பின் மாற்றுப் பிரதி உங்களுக்குக் கிடைக்கக் காலச்சுவடு ஏற்பாடு செய்யும்.

மின்னஞ்சல்: publisher@kalachuvadu.com

காலச்சுவடு நாகர்கோவில் தலைமையகத்துக்கும் கடிதம் அனுப்பலாம்.

தங்கள்
எஸ்.ஆர். சுந்தரம் (கண்ணன்)
பதிப்பாளர் – நிர்வாக இயக்குநர்

இலக்கியமும் இலக்கியவாதிகளும் ◆ கட்டுரைகள் ◆ ஆசிரியர்: வண்ணநிலவன் ◆ © ராமச்சந்திரன் ◆ முதல் பதிப்பு: நவம்பர் 2021 ◆ வெளியீடு: காலச்சுவடு பப்ளிகேஷன்ஸ் (பி) லிட்., 669, கே.பி. சாலை, நாகர்கோவில் 629001

காலச்சுவடு பதிப்பக வெளியீடு: 1036

ilakkiyamum ilakkiyavaatikaLum ◆ Essays ◆ Author: Vannanilavan ◆ © Ramachandran ◆ First Edition: November 2021 ◆ Language: Tamil ◆ Size: Crown 1 x 8 ◆ Paper: 18.6 kg maplitho ◆ Pages: 72

Published by Kalachuvadu Publications Pvt. Ltd., 669, K.P. Road, Nagercoil 629001, India ◆ Phone: 91-4652-278525 ◆ e-mail: publications@kalachuvadu.com ◆ Printed at Print Point Offset Printers, Nagercoil 629001

ISBN: 978-93-5523-055-3

11/2021/S.No.1036, kcp 3262, 18.6 (1) ass

பொருளடக்கம்

முன்னுரை	9
புதுமைப்பித்தன்	15
'கு.ப.ரா.' என்ற கு.ப. ராஜகோபாலன்	20
மௌனி	25
ந. பிச்சமூர்த்தி	30
கு. அழகிரிசாமி	35
தி. ஜானகிராமன்	40
கி. ராஜநாராயணன்	45
ஜெயகாந்தன்	48
சுந்தர ராமசாமி	53
அசோகமித்திரன்	57
அம்பை	60
வண்ணதாசனும் கல்யாண்ஜியும்	66

முன்னுரை

இலக்கியவாதியாக இருப்பதாலேயே பெரும் படைப்பாளிகளை எழுதும் தகுதி ஒருவருக்கு அமைந்துவிடப்போவதில்லை. படைப்பாளியின் ஆற்றலை ஒரு பக்கம் எடைபோட்டுப் பார்க்கும் அதே தருணத்தில், அந்தப் படைப்பாளியின் வாழ்நிலத்தையும் அநுபவங்களையும் மனக்கண்களில் கொண்டு வந்து அவரை எடைபோடுவதும் அவசியம். வெறும் மண்பாசம் எல்லாவற்றையும் நமக்கு வழங்கிவிடுவதில்லை. படைப்புக்குள் துடிக்கிற இதயங்களும் படைப்பாளிக்குள் துடிக்கிற இதயமும் ஒரே ராகத்தை இசைப்பனவாக இருப்பதில்லை.

இலக்கியத்தையோ இலக்கியவாதியையோ எழுதுவதில் இதுபோன்ற பல கோணங்கள் இருக்கின்றன. இவற்றைக் கச்சிதமாகக் கையாண்டால் நாமும் நம் தோளோடு ஒட்டி நிற்கிற படைப்பாளிகளைக் குறித்துச் சொல்ல முடியும். குறைவாகச் சொன்னாலும் இரும்புக் குண்டுபோன்ற கனத்துடன் சொல்ல முடியும்! நிறைய எழுதினாலும் அது பஞ்சுப்பொதிபோல காற்றில் மிதந்தலையும் தன்மையோடு எழுதிவிட இயலும்.

படைப்பாளியை ஓர் உயரதிகாரியின் தோரணையில் எண்ணிப்பார்க்கத்தான் பெரும்பாலான வாசகர்கள் விரும்புகிறார்கள். எந்தப் படைப்பாளியும் வாசகரின் எதிர்பார்ப்புகளை நிறைவேற்றுவதில்லை. சமயங்களில் சராசரி மனிதனைப்போல தோன்றுகிற படைப்பாளி, பிறிதொரு கணத்தில் நம் கற்பனைக்குள் அடைபடாத மானுடப் பேருருவாகவும் விண்வெளியை நிறைப்பார்.

ஒரு படைப்பாளியை இன்னொரு படைப்பாளி அணுகும்போதுதான் இதுபோன்ற மறைபொருள்களை வெளிக்கொணர முடியும். அதற்குத் தகுதியான இடத்தில் இருக்கிறார் வண்ணநிலவனும்!

இவற்றை வாசிக்கும் முன் வண்ணநிலவனின் எழுத்துகளையும் புரிந்துகொள்வது அவசியம். அவரின் படைப்புலகம் புறவயமாயிருப்பதைவிட அகவயமாய் இருப்பவை. மனவுலகங்களை ஆய்வதிலோ அவற்றுக்குப் படைப்புரீதியான பரிமாணங்களை அளிப்பதிலோ அவருடைய ஆற்றலை நாம் அவ்வளவு சுலபமாக உணர்ந்தறிய முடியாது; அவை மட்டும்தான் அவருடைய படைப்பின் சூட்சுமம் என்று நாம் சொல்லிவிடவும் ஆகாது. என் கணிப்பையும் உங்களின் கணிப்பையும் தாண்டி வேறு திசைகளிலும் சிறகசைத்துச் செல்பவை வண்ணநிலவனின் எழுத்துகள்.

இந்தத் தன்மையிலிருந்துதான் அவர் தன் காலத்திய, தனக்கும் முற்பட்ட படைப்பாளிகளை என்ன சொல்ல வருகிறாரென்று நாம் பார்க்க வேண்டியிருக்கிறது.

சில படைப்புகள் குழப்பமாய் இருக்கக் கூடும். புதுமைப்பித்தனின் படைப்புகளை வாசிக்கிற ஒருவர், தெளிந்த நீரோடையின் கீழே நீந்தும் மீன்குஞ்சுகளையோ கூழாங்கற்களையோ துல்லியமாகப் பார்த்துவிடுவதைப் போல, அவரைக் கண்டறிந்துவிட முடியும். ஆனால் புதுமைப்பித்தனோ மௌனியைத் திருமூலருடன் ஒப்பிட்டுப் பேசுகிறவராய் இருக்கிறார். இந்தப் பார்வையை நாம் எப்படிப் புரிந்துகொள்வது? மௌனியின் எழுத்துகளில்

தெளிந்த நீரோடையும் இருப்பதில்லை; மீன்குஞ்சுகளும் நீந்துவதில்லை. இந்தத் தகவலை நமக்குத் தருகிற வண்ணநிலவன், அதனை ஆய்ந்து எந்த விடையையும் சொல்வதில்லை. அவர் தன்பாட்டுக்குச் சொல்லிவிட்டுப் போகிறார். நாம்தான் வியக்க வேண்டும்; அல்லது வியப்பைக் களைந்துவிட்டு நகர்ந்துவிட வேண்டும் வண்ணநிலவனைப் போலவே!

படைப்பாளிகள் எதனால் ஆனவர்கள், ஏன் இப்படி அப்படியெல்லாம் எழுதினார்களென்று என்றாவது ஒருநாள் வண்ணநிலவனும் யோசித்திருக்கலாம்; விடை கிடைக்காத பட்சத்தில் அவர்களை எழுதியாவது அதற்கான விடைகளைத் தேடிப்பிடிப்போமென்று இந்தக் கட்டுரைகளை எழுத முயன்றிருக்கலாம். எப்படிப் பார்த்தாலும் அவருடைய பணி முடிந்துவிட்டது. நமக்கோ இதன்மூலம் சாளரங்கள் திறக்கின்றன. இவர்களை வாசிப்பதன் மூலம் நாம் நம் படைப்பாளிகளை அறிந்துகொள்ள முயலலாம்.

அத்துடன் படைப்பாளிகளின் படைப்புத் தன்மைகள் ஒருவருக்கொருவர் எவ்விதம் மாறுபடுகிறதெனவும் விவரித்துக் கூறியுள்ளார் வண்ணநிலவன். அவரவர் வாழ்க்கை நெருக்கடிகள் சார்ந்து படைப்பின் தன்மைகளும் நோக்கங்களும் மாறுபட்டுள்ளன.

நவீனத் தமிழிலக்கியம் பிரபலமாக இருந்தாலும் எழுத்தாளர்கள் அவ்வளவு பிரபலமாக இருந்ததில்லை. எழுத்துக் கலைஞர்கள் பொருளாதாரரீதியான பலாபலன் களை அடைந்திடவும் இல்லை. மலையாள இலக்கியவுலகில் அதற்கு இருக்கும் பெருமையும் வீச்சும் அதன் படைப்பாளிகளோடு இசைந்த தன்மையில் இருப்பவை. அங்கு எழுத்தாளர்கள் கொண்டாடப்படும் விதத்தைத் தமிழுலகத்துடன் ஒப்பிடும்போது நமக்கு அது பெரும் சரிவாகத் தோன்றுகிறது. இதையெல்லாம் மீறித்தான் தமிழ்ப் படைப்பாளிகள் செயல்பட்டுள்ளார்கள். அப்படியானால் குறைந்தபட்சம் அவர்களின் வரலாற்றை இன்னொரு

கலைஞர் மூலம் நாம் அறிந்துகொள்ளக் கூடிய வாய்ப்பை வண்ணநிலவன் தந்துள்ளதற்கு நன்றிக்கடன் செய்ய வேண்டும்.

பதின்மூன்று பேரைப் பற்றிய பன்னிரண்டு கட்டுரைகள். ஓர் எழுத்தாளருக்கு ஒரு கட்டுரை என்றால் பன்னிரண்டுதான் தேற வேண்டும்; இன்னுமொருவரை வேறுயாரோ ஒருவருக்குள் திணித்துக்கொண்டிருக்க வேண்டும்; ஒரு பாரபட்சம் நிலவுவதைப்போலத் தெரிகின்றது. கல்யாண்ஜி என்ற கவிஞரை வண்ணதாசன் என்ற எழுத்தாளருக்குள் உட்படுத்திவிட்டதால் கணிதச் சமன்பாடு சீராக இன்றி, ஏறக்குறைய என்று ஆகிவிட்டது.

இப்பன்னிருவரும் எழுத்தாளராகவே சொல்லப் படுகிறார்கள். பதின்மூன்றாவதாக வரும் கல்யாண்ஜி மட்டும் கவிஞர். இவர்களிலும் ஒரே ஒரு பெண் அம்பை. தமிழில் ஏராளம் ஏராளமான பெண் எழுத்தாளர்கள் இருந்தாலும் அம்பை மட்டுமே பெறுமதி பெறுகிறார் வண்ணநிலவனுக்கு!

இவையெல்லாம் அதிரூப அழகு என்று சொல்வதற் காக எழுதப்படவில்லை. அவ்வாறு அதிரூப அழகு என்று கொள்ளப்பட்டால் குறைபாடுகளை விவரிக்க முடியாமலாகி விடும். ந. பிச்சமூர்த்திக்கு மார்க்சீயம் என்றாலே ஆகாது; இப்படியான ஒரு தகவல் இலக்கிய வாசகருக்குச் சொல்லப்பட வேண்டும்தான். அதுபோன்று மற்றொரு தகவல் மௌனியின் எழுத்து பற்றியது. மௌனியைப் பலரும் பலவிதமாகக் கொண்டாடுகிறார்கள். அவற்றுள் முதன்மை யானது அவரது மொழிநடை. எல்லாரும் வியந்துபேசியது அதைத்தான். ஆனால் வாக்கிய அமைப்புகள் ஒழுங்காக இல்லாத அக்கதைகளுக்குள் பி.எஸ். ராமையாவின் கைவேலையும் நுழைந்திருக்கிறது.

போற்றி அகவலாக இல்லாமல் இந்தக் கட்டுரைகள் சரியான இடத்தில் அமைந்துள்ளன. தமிழில் இரண்டுவித மான போக்குகள் அமைந்திருந்தன. புதுமைப்பித்தனின்

விமர்சனப் பாங்கிலும் எள்ளல் தொனியிலுமான படைப்புகள் ஒரு பக்கம்; மறுபக்கம் கு.ப.ராவின் மென்மையான நடை. இதில் கு.ப.ராவின் நடைதான் அதிகம்பேரால் பின்பற்றப்படுவதாக வண்ணநிலவன் சொல்கிறார்.

எழுத்தாளர்கள் அவரவர் பாங்கில் எழுதிவந்தாலும் எழுத்தாளர்கள் ஒருவரோடொருவர் இணைந்தும் விலகியும் செல்கிறார்கள். கலையமைதி ஓங்கிய படைப்புகள் எப்போதும் கவனத்திற்குரியனவாக இருப்பதில் ஆச்சரியமில்லை. ஆனால் பாமர வாசகர்களை இவ்வெழுத்து முறை ஈர்ப்பதில்லை. எனவே அவர்களின் மத்தியில் புதுமைப்பித்தன், ஜெயகாந்தனின் எழுத்துகளே பிரபலமாகின. அநேகமாக எல்லா மொழிகளிலும் இதுபோன்ற பிரிவினைகள் இருக்கக் கூடும்தான்.

மென்மையான, அதிர்ந்து பேசாத நடையென்றாலும் மௌனியும் கு.ப.ராவும் ஒரே எடை கொண்டவர்களாய் இருப்பதில்லை. ஜெயகாந்தனும் சுந்தர ராமசாமியும்கூட அவ்வாறே! இதிலெல்லாம் வாசகக் குறுக்கீடுகள்தான் விதியைத் தீர்மானிக்க வேண்டும்.

இங்கு சொல்லப்பட்டுள்ள எழுத்தாளர்களில் வண்ணநிலவனால் மெச்சப்படாதவர்களும் அடங்கியுள்ளார் கள். ஜெயகாந்தன், கு. அழகிரிசாமி, அசோகமித்திரன், அம்பை குறித்த கடுமையான விமர்சனங்களை முன்வைக் கிறார். வடிவ ஒழுங்கின்மை மட்டுமல்ல பிரச்சினை; மனம்போன போக்கிலெல்லாம் வார்த்தைகள் தாராளமாக இறைக்கப்பட்டுள்ளதைக் கவனத்தில் கொள்கிறார் வண்ணநிலவன். கு. அழகிரிசாமி கவனமின்றி வார்த்தை களைக் குவிக்கிறார். அசோகமித்திரனின் படைப்புகளில் உணர்ச்சிவயமே இல்லை; இதனால் அவரது கதைகள் தட்டையான மொழிநடையில் ஈர்ப்பில்லாமல் இருக் கின்றன. அதே சமயத்தில் ஜெயகாந்தனிடம் உணர்ச்சிக் கொந்தளிப்புகள் இருக்கின்றனவே! அப்படியானால் ஜெயகாந்தனின் கதைகள் சரியான கலையமைதியைக்

கொண்டுள்ளனவா? அதுவுமில்லை. ஏனெனில் ஜெயகாந்த னின் உணர்ச்சிவசப்படல் நீண்டநீண்ட விவாதங்களாக அமைந்துவிடுகின்றன; அது மிகுந்த சத்தத்தை எழுப்பு கின்றன. அதனால் ஜேகேயின் படைப்புகள் நாடகத் தன்மைக்குள் சென்றுவிடுகின்றன. எனவே 'உணர்ச்சி' என்ற பண்புத் தொகுப்பை நடுவில் வைத்தால் அசோகமித்திரன் அந்தப் பக்கமும் ஜெயகாந்தன் இந்தப் பக்கமுமாக விழுந்து விடுகிறார்கள். இதிலிருந்து மீண்டெழுகிறவராக சுந்தர ராமசாமியைக் குறிப்பிடுகிறார் வண்ணநிலவன். வாழ்வை விமர்சனப்பூர்வமாக சு.ரா. அணுகுவதால் அவருக்கு இந்த விபத்து நேரவில்லை.

இக்கட்டுரைகளில் வண்ணநிலவன் ஓர் அருமையான விவாதத்தைத் தொடங்கியுள்ளார். ஆனால் ஏனோ இந்த விவாதத்தைப் பிறருக்கான கருப்பொருளாக முன்வைத்து வண்ணநிலவன் விலகுகிறார். அது, "பிராமணர்களையும் அவர்களது வாழ்வையும் சித்தரிப்பது என்றால் ஜே.கே. வுக்கு அலாதிப் பிரியம்", என்கிறார். ஜே.கே யின் படைப்புகளை வாசிப்பவர் எவராயினும் இத்தன்மையைத் தெளிவாக உணர்வார்கள். இது ஏன்? அதையும் வண்ணநிலவன் தெளிவாக உணர்த்துகிறார்! "கருத்துகளை மோதவிட்டுப் பார்ப்பதற்கு அவர் வரிந்துவரிந்து எழுதிய பிராமண மக்களின் வாழ்வு இசைவாக அமைந்தது," என்று கூறுவது மிகவும் முக்கியமான கருத்தாகும். இதை எவரேனும் தம் ஆய்வுக்குப் பயன்படுத்திக் கொள்ளலாம்போல.

குறைகளும் நிறைகளும் சொல்லப்பட்டிருப்பதால் வண்ணநிலவன் சமநிலையில் இவற்றை எழுதியிருப்ப தாகக் கருதலாம். மீள் வாசிப்புக்கும் – நம் வாசக விரிவுக்கும் இக்கட்டுரைகள் உதவுகின்றன.

களக்காடு
10.11.2021

களந்தை பீர்முகம்மது

புதுமைப்பித்தன்

ஓவியம்: ஆதிமூலம்

புதுமைப்பித்தன் வாழ்ந்த காலத்திலேயே அவருக்கு அங்கீகாரம், அதாவது 'இலக்கியவாதி' என்ற அங்கீகாரம் கிடைத்துவிட்டது. அவர் நாற்பத்தி இரண்டு ஆண்டுகளே வாழ்ந்திருக் கிறார். அவருடைய பூர்வீகம் என்று பார்த்தால் அது திருநெல்வேலிதான். ஆனால்

அவர் திருநெல்வேலியில் பிறக்கவில்லை. 1906இல் திருப்பாதிரிப்புலியூரில் புதுமைப்பித்தன் பிறந்திருக்கிறார். அவருடைய அப்பா தாசில்தார் வேலை பார்த்தவர். அதனால் பு.பி.யின் முதல் பத்தாண்டுக் காலம் செஞ்சி, திண்டிவனம், கள்ளக்குறிச்சி எனப் பல ஊர்களில் கழிந்திருக்கிறது. பிறகு திருநெல்வேலி வாசம் தொடங்குகிறது. பதினைந்து ஆண்டுகளுக்குப் பிறகு மீண்டும் சென்னை, பூனா என வெளியூர் வாசம்.

1933இல் அவருடைய முதல் சிறுகதையான 'குலோப்ஜான் காதல்' காந்தி என்ற பத்திரிகையில் வெளியானதாக ஆ.இரா.வேங்கடாசலபதி தொகுத்த புதுமைப்பித்தன் கதைகள் தொகுதி தெரிவிக்கிறது. ஆனால் இந்தச் சிறுகதை எந்தத் தொகுப்பிலும் வெளியானதாகத் தெரியவில்லை. 1934இல் சென்னைக்கு வந்த புதுமைப்பித்தன் மணிக்கொடியில் பல சிறுகதைகளைத் தொடர்ந்து எழுதி வெளியிடுகிறார். *ஊழியன், தினமணி, தினசரி* முதலான பத்திரிகைகளில் பணிபுரிந்திருக்கிறார். *தினமணியில்* அதிக காலம், எட்டு வருடங்கள் பணிபுரிந்திருக்கிறார்.

புதுமைப்பித்தனை அவர் வாழ்ந்த காலத்திலேயே பலர் பாராட்டியிருந்தாலும் க.நா.சுதான் எழுத்துப் பூர்வமாக அதைப் பதிவு செய்திருக்கிறார். புதுமைப்பித்தனின் சிறுகதைத் தொகுப்புக்கு 1940இல் முன்னுரை எழுதிய ரா.ஸ்ரீ தேசிகனும் இதைச் செய்திருக்கிறார். ரா.ஸ்ரீ தேசிகனின் முன்னுரை அபாரமானது. க.நா.சு.வுக்கு அடுத்தபடியாகப் புதுமைப்பித்தனைக் கொண்டாடிய முக்கியமான ஆளுமை சுந்தர ராமசாமி. 1950களிலேயே சுந்தர ராமசாமி புதுமைப்பித்தனுக்கு மலர் வெளியிட்டுள்ளார்.

புதுமைப்பித்தனுடன் பழகிய எழுத்தாளர்கள் பலர் இருக்கின்றனர். அதிகப் பழக்கமில்லாவிட்டாலும் மௌனி, பு.பி.யை ஒன்றிரண்டுமுறை சந்தித்திருக்கிறார். பி.எஸ்.ராமையா, க.நா.சு. போன்றோருடன் கு. அழகிரிசாமி, தொ.மு.சி. ரகுநாதன் போன்றோரும் அடிக்கடி பு.பி. யைச்

சந்தித்துப் பழகியிருக்கிறாக்ள். வல்லிக்கண்ணனுக்கும் பு.பி.யுடன் அறிமுகமுண்டு. ஆனாலும் அறிமுகம் வெறும் பழக்கமாகப் போய்விடாமல்,'புதுமைப்பித்தன் கதை' என்று நூலாகவே எழுதிக் கூடுதல் அர்த்தம் தேடிக் கொண்டவர் 'தொ.மு.சி' என்ற தொ.மு. சிதம்பர ரகுநாதன்.

புதுமைப்பித்தன், மௌனியின் நவீனமான எழுத்து நடையைப் பார்த்து, அவரைத் திருமூலருடன் ஒப்பிட்டுள்ளார். அதுபோல் மௌனியும் புதுமைப்பித்தனைப் பற்றித் தனது *தீபம்* பேட்டியில் 'ஐரானிக் ஆட்டிட்யூட் இயங்க ஒரு பிரமாதமான சாதனையைத் தான் புதுமைப்பித்தன் இலக்கியப் படைப்பில் காட்டியிருக்கிறார்' என்று கூறியிருக்கிறார்.

ஒருவிதமான மணிப்பிரவாள நடை புதுமைப்பித்தன் கதைகளில் ஆங்காங்கே தலையை நீட்டுகிறது. 'சமயக் குரவர்கள் இயற்றும் அற்புதங்கள் என்ற செப்பிடு வித்தைகள் நடவாத இந்தக் காலம் ...' என்று சங்குத்தேவன் தர்மத்திலும், 'பொன்னகரத்தைப் பற்றிக் கேள்விப்பட்டிருக்கிறீர்களா? நமது பௌராணிகர்களின் கனவைப் போல் அங்கு ஒன்றுமில்லை' என்று பொன்னகரத்திலும் தனது உரைநடையைச் சித்திரிக்கிறார்.

'பிரமநாயகம் பிள்ளையைப் பந்தவினையறுத்த யோகி என்று நினைத்துவிடக் கூடாது. அல்லது அவரது மனசுக்கு வேலிபோட்டுப் பாதுகாத்து வளர்த்து போதிமரம் வரையில் கொண்டு விடும் ஞானம் மிகுந்த சுத்தோதனப் பெருந்தகையல்ல அவரது பிதா . . .'

– செல்லம்மாள்

இந்த வசன நடை அல்லது இந்த உரைநடையில்தான் பு.பி. தனது கதைகளைச் சொல்லிக்கொண்டு போகிறார். இந்த நடையை, வீராசாமி செட்டியார் (*விநோதரசமஞ்சரி*), அ. மாதவையா ('பத்மாவதி சரித்திரம்') ஆகியோரின் வசன நடையின் பாதிப்பு அவரிடம் நிழலாடுவதை

உணர முடிகிறது' என்கிறார் சுந்தர ராமசாமி. உரத்த குரலில் ஆசிரியரே குறுக்கிட்டுப் பேசி எழுதிச் செல்லும் இந்தப் புதுமைப்பித்தனுடைய எழுத்து நடையின் பாதிப்பு அப்படியே ஜெயகாந்தனிடம் இருக்கிறது. சுந்தரராமசாமியின் ஆரம்பகாலச் சிறுகதைகளிலும் ('பிரசாதம்' தொகுப்பு) இந்தப் பாதிப்பு உள்ளது. கு.ப.ரா.வின் உரைநடையைப் பின்பற்றி, சன்னமான குரலில் எழுதுகிறவர்கள் தி. ஜானகிராமன், எம்.வி.வி., அசோகமித்திரன், கு. அழகிரிசாமி முதல் பலருண்டு. ஆனால் பு.பி.யின் உரத்த குரலைப் பின்பற்றி எழுதியவர்கள் ஜெயகாந்தனும், சு.ரா.வும் மட்டுமே. சு.ரா. இந்த நடையைக் கைவிட்டுவிட்டார். ஆனால், ஜே.கே. தனது நாவல்களில் கூட ஓயாது ஒழியாது உரத்த குரலில் பேசினார்.

'மௌனி சிறுகதைகள்' கட்டுரையில் க.நா.சு. 'புதுமைப்பித்தனுக்குக் கருத்தில் இருந்த கவனம் சிறுகதை உருவத்தில் இல்லை' என்று கூறியிருப்பது ஓரளவு உண்மைதான். கு.ப.ரா.வின் உருவப் பிரக்ஞையும் வார்த்தைச் செட்டும் புதுமைப்பித்தனிடம் கிடையாது. வார்த்தைகளை நிறையச் செலவளிப்பவர்தான் புதுமைப்பித்தன். ஆனால் உலக, பிரபஞ்ச, லௌகீக விவகாரங்களைப் போகிறபோக்கில் தீர்க்கதரிசனம் போல் பல இடங்களில் அனாயாசமாகப் புதுமைப்பித்தன் கூறிவிடுகிறார். இது கு.ப.ரா.விடம் இல்லாதது. ஆனால் ந. பிச்சமூர்த்தியிடம் இந்தத் தத்துவ, உலக விசாரணை உண்டு.

பாரதியாரைப் போல் படைப்பிலக்கியத்தில் ஒரு காலும், பத்திரிகைத் துறையில் ஒரு காலுமாகப் புதுமைப்பித்தனும் வாழ்ந்து கஷ்டப்பட்டிருக்கிறார். பொருளாதாரத் தேவையை விரட்டி ஓட்டுவதற்காகத்தான் 1946இல் ஜெமினி பட நிறுவனத்தில் 'ஔவை', 'காமவல்லி' போன்ற திரைப்பட வேலைகளில் ஈடுபட்டார். 'பர்வதகுமாரி புரொடக்ஷன்ஸ்' என்ற பேரில் சினிமா தயாரிப்பில் கூட இறங்க முயற்சி செய்திருக்கிறார். தியாகராஜ பாகவதரின்

'ராஜமுக்தி' படத்திற்குக் கதை-வசனம் எழுத பூனாவுக்குச் சென்றார். திருநெல்வேலியில் 'கஷ்டத்தோட கூறு' என்பார்கள்.

ஆனால் இறக்கும்வரைகூட பு.பி. எழுதிக்கொண்டிருந்திருக்கிறார் என்று தெரிகிறது. அவருடைய பிரபலமான சிறுகதையான 'கயிற்றரவு' 1948இல்தான் வெளி வந்துள்ளது. கயிற்றரவில் தன்னைத்தான் அவர் எழுதியிருக்கிறார்.

'கு.ப.ரா.' என்ற கு.ப. ராஜகோபாலன்

ஓவியம்: மணிவண்ணன்

'கு.ப.ரா.' என்ற 'கும்பகோணம் பட்டாபி ராமன் ராஜகோபாலன்' புதுமைப்பித்தன்

காலத்தவர். புதுமைப்பித்தனைவிட நான்கு வயது மூத்தவர் கு.ப.ரா. புதுமைப்பித்தனின் முதல் சிறுகதை யான 'குலோப்ஜான் காதல்' 18.10.1933இலேயே பிரசுரமாகி விடுகிறது. கு.ப.ரா.வின் முதல் சிறுகதையாகக் கருதப் படுகிற 'நூருன்னிஸா', *சுதந்திரச் சங்கில்* 30.3.34இல் பிரசுரமாகிறது.

புதுமைப்பித்தனின் எழுதும் பாணிக்கும் கு.ப.ரா. வின் எழுதும் பாணிக்கும் சிறிதுகூடச் சம்பந்தமில்லை. புதுமைப்பித்தனின் எழுத்தில் வாழ்க்கை, மனிதர்களைக் குறித்த விமர்சனக் குரலும் கேலியும் குத்தலும் எள்ளலும் மேலோங்கியிருக்கும். கு.ப.ரா.வின் எழுத்து நடை அமைதியானது. அபூர்வமாகச் சில இடங்களில், எப்போதாவது மிக மெல்லிய விமர்சனம் கு.ப.ரா.விடம் எழுந்தாலும், அது எள்ளலோ கேலியோ இல்லாததாகத்தான் இருக்கிறது. புதுமைப்பித்தனின் விமர்சன யதார்த்தவாதத் தின் பிற்கால வாரிசுகளென்று ஜெயகாந்தனையும் சுந்தர ராமசாமியையும் (அவரது ஆரம்பகாலச் சிறுகதைகளுக் காக) உறுதியாகச் சொல்லலாம்.

ஆனால் கு.ப.ரா.வின் மென்மையான, அமைதியான கதைசொல்லும் பாணியை தி. ஜானகிராமன், எம்.வி.வி., கரிச்சான்குஞ்சு, அசோகமித்திரன்வரை பெரும்பாலான எழுத்தாளர்கள் பின்பற்றி எழுதினர்; எழுதிக் கொண்டுமிருக்கின்றனர். கு.ப.ரா.வுக்கு முன்பேகூட பலர் இதுபோல் எழுதியிருக்கலாம். ஆனால் கு.ப.ரா.தான் இந்த இலகுவான விவரிப்புப் பாணியில் ஏராளமாகவும் இலக்கியத் தன்மையுடனும் எழுதி இதை ஸ்தாபித்தவர் எனலாம்.

இப்போதைய காலத்தைப் போலவே அந்த நாட்களிலும் ஆண் – பெண் உறவுகளைச் சித்திரிப்பது, மன ஏக்கங்கள், காதலின் ஆற்றாமைகளை எழுதுவது எழுத்தாளர்களின் இயல்பாகவே இருந்தது. ஆண் –

பெண் கவர்ச்சி, அல்லது காதல் என்பது அள்ள அள்ளக் குறையாத காதல் அட்சய பாத்திரமாகக் காலங்காலமாக நிலவி வருகிறது. டால்ஸ்டாயின் அன்னாகரீனினாவைக் கொண்டாடுகிறது இலக்கிய உலகம். அடிப்படையில் அது ஒரு காதல் கதைதான். தி. ஜானகிராமனின் நாவல்கள் எல்லாவற்றிலுமே அடிநாதமாக ஓடுவது ஆண் – பெண் கவர்ச்சி சம்பந்தப்பட்ட காதல்தான். இதைத்தான் கு.ப.ரா.வும் தனது சிறுகதைகளில் விதம்விதமாக எழுதினார்.

'அநேகமாக அவனுடைய எழுத்துக்கு ஆண் – பெண் உறவுதான் அடிப்படையான விஷயமாயிருக்கும். இவ்விஷயத்தைத் தவிர்த்து அவன் கதையோ கவிதையோ எழுதவில்லை என்றுகூடச் சொல்லிவிடலாம்' என்கிறார் ந. பிச்சமூர்த்தி. பிச்சமூத்தி கு.ப.ரா.வின் பக்கத்து வீட்டுக்காரர், நெருங்கிய நண்பர். இருவரையும் அக்கால இலக்கிய உலகம் 'கும்பகோணம் இரட்டையர்கள்' என்றது.

'காதல் கதை இலக்கியமாகாதா' என்ற கேள்விக்கு விடை கூறுவது கடினம். 'இலக்கியமா, இலக்கியமில்லையா' என்பது, சொல்லப்படும் முறையில், விவரிக்கப்படும் தொனியில்தான் இருக்கிறது. இது உத்தி, உள்ளடக்கம் சம்பந்தப்பட்ட விஷயமல்ல. ஒரு சிறுகதை, ஒரு நாவல், ஒரு கவிதை எப்படி கதையை, கருவை விவரிக்கிறது என்பதில்தான் இலக்கியத்தின் வெற்றி இருக்கிறது. இந்த அடிப்படையில் கு.ப.ரா.வை அணுகினால், அவர் ஒரு இலக்கியகர்த்தாவே என்று விளங்கும்.

முப்பது, நாற்பதுகளில் தமிழ் இலக்கிய உலகில் செயல் பட்ட புதுமைப்பித்தன், ந.பிச்சமூர்த்தி போன்றவர்கள் புராண, இதிகாசக் கதாபாத்திரங்களைத் தங்கள் மொழி யில் புத்துருவாக்கம் செய்தனர். இதுபோன்ற முயற்சிகளில் கு.ப.ரா.வும் ஈடுபட்டுள்ளார். 'சபரியின் பிரேமை' என்ற கதையில் சபரி, மதங்கரிஷியின் மீது பிரேமைகொண்டவராக

கு.ப.ரா.வினால் சித்திரிக்கப்படுகிறார். அகலிகையின் கதையை கு.ப.ரா. நாடகமாகவே எழுதியிருக்கிறார்.

சிறுகதைகளையெல்லாம் உண்மையிலேயே மூன்று, நான்கு பக்கங்களில் முடியும் சிறுகதைகளாகவே கு.ப.ரா. எழுதியிருக்கிறார். பெரும்பாலான சிறுகதைகள் மூன்று, நான்கு பக்கங்களுக்குள்ளேயே முடிந்துவிடுகின்றன. உணர்ச்சிகளை மட்டுமே சித்திரித்துக் கொண்டு போவதில் கு.ப.ரா. அக்கறை காட்டியதால், புற உலக வர்ணனையானது கு.ப.ரா.வின் சிறுகதைகளில் அறவே இல்லை. சிறுகதைகள் அதிக எண்ணிக்கையில் எழுதப்பட்டிருந்தாலும் கவிதை, நாடகம், மொழிபெயர்ப்பு, தழுவல் என்று எல்லாவிதமான எழுத்து முயற்சிகளிலும் கு.பரா. ஈடுபட்டிருக்கிறார். கட்டுரைகளும் நிறையவே எழுதியிருக்கிறார். கு.ப.ரா. ஒரே சமயத்தில், பாரதியைப் போல் எழுத்தாளராகவும் பத்திரிகையாளராகவும் செயல்பட்டிருக்கிறார். *(புதுமைப்பித்தனும் இப்படித்தான்)*

புத்தர்காலம்முதல் சிவாஜிகாலம்வரை நடந்த பல சரித்திர நிகழ்வுகளைத் தனது கற்பனைகளைக் கலந்து ஏராளமான சரித்திரக் கதைகளாகவும் எழுதியிருக்கிறார். 'சந்திப்பு', 'முதுமைக் கலகம்', 'வேரோட்டம்', 'எதிர்ப்பு' போன்ற நாவல்களை எழுதும் முயற்சிகளையும் கு.ப.ரா தொடர்ந்திருக்கிறார்.

'க.நா.சு.' என்ற க.நா. சுப்பிரமணியம், தனது 'இலக்கிய விசாரம்' என்ற நூலில், 'எழுத்தாளன் சோதனை முயற்சிகளில் ஈடுபட வேண்டும்' என்று கூறியிருக்கிறார். க.நா.சு. மேல்நாட்டு ஆசிரியர்களைப் பார்த்து இதைக் கூறினாரா அல்லது பல்வேறு சோதனை முயற்சிகளிலும் ஈடுபட்ட பாரதி, புதுமைப்பித்தன், கு.ப.ரா. போன்றவர்களின் எழுத்துலகச் செயல்பாட்டை வைத்து அப்படி கூறினாரா என்று தெரியவில்லை. கு.ப.ரா. எல்லா இலக்கிய வடிவங்களையும் கையாண்டிருக்கிறார்.

புத்தக வியாபாரத்தையும் கு.ப.ரா. விட்டுவைக்க வில்லை. 1940இல் கும்பகோணத்தில் மறுமலர்ச்சி புத்தக நிலையம் என்ற பெயரில், ஒரு புஸ்தகக் கடையையும் கு.ப.ரா. நடத்திப் பார்த்திருக்கிறார். நாற்பத்தி இரண்டு ஆண்டுகளே வாழ்ந்த கு.ப.ரா. 27.4.44இல் கும்பகோணத்தி லேயே இறந்தார். குறுகிய காலத்தில நிறையச் சாதனை களை நிகழ்த்திவிட்டுச் சென்றுள்ளார் கு.ப.ரா.

மௌனி

ஓவியம்: ரோஹிணி மணி

மௌனியின் இயற்பெயர் 'மணி' என்று சொல்லக் கேள்வி. ஒருவேளை அது அழைக்கப்பட்ட பெயராகவும் இருந்திருக்கலாம் 1907இல் பிறந்த மௌனி 78 ஆண்டுகள்

வாழ்ந்திருக்கிறார். மொத்தமே 24 சிறுகதைகள்தான் எழுதியிருக்கிறார். 1939வரை நடந்த *மணிக்கொடி* என்ற பத்திரிகையில் எழுத ஆரம்பித்து பன்னிரண்டு சிறுகதைகளை அதில் மௌனி எழுதியிருக்கிறார். *மணிக்கொடி* தவிர *ஹனுமான், சிவாஜி, சரஸ்வதி, தினமணி மலர்கள், தேனீ* போன்ற பத்திரிகைகளிலும் தனது தனித்துவமான சிறுகதைகளை எழுதியிருக்கிறார். 1970களில் வெளிவந்த *கசடதபற* பத்திரிகையில் 'தவறு' என்ற தனது கடைசிச் சிறுகதையை எழுதியிருக்கிறார்.

மணிக்கொடி அக்காலத்தில் மறுமலர்ச்சிப் பத்திரிகையாகக் கருதப்பட்டது. *ஆனந்தவிகட*னுக்கும் *மணிக்கொடி*க்கும் போட்டி நிலவியது. *ஆனந்தவிகட*னில் *மணிக்கொடி*யைப்போல் இலக்கியத் தரம் மிக்க சிறுகதைகள் வெளியாகவில்லை. அதனால், 'இலக்கியப் பத்திரிகை' என்ற அந்தஸ்து, *மணிக்கொடி*க்கே கிடைத்தது. இதில் எழுதிய புதுமைப்பித்தன், கு.ப.ரா., ந. பிச்சமூர்த்தி, ந. சிதம்பர சுப்பிரமணியன், ஆர். சண்முகசுந்தரம், சிட்டி, சி.சு. செல்லப்பாவின் சிறுகதைகளுடன் மௌனியின் சிறுகதைகளும் வெளிவந்ததாலும், தொடர்ந்து மௌனி *மணிக்கொடி*யில் எழுதியதாலும், மௌனியும் 'மணிக்கொடி எழுத்தாளர்' என்றே அழைக்கப் பட்டார். 'மௌனி' என்ற புனைபெயரைச் சூட்டியவர் அக்காலகட்டத்தில் *மணிக்கொடி* ஆசிரியராக இருந்த பி.எஸ். ராமையா.

மௌனியை, அவர் *மணிக்கொடி*யில் எழுதிவந்த காலத்திலேயே, 'தமிழ்ச் சிறுகதையின் திருமூலர்' என்று கூறினார், புதுமைப்பித்தன். 'தமிழ் மரபுக்கும் போக்குக்கும் புதிதாகவும் சிறப்பாகவும் வழிவகுத்தவர் ஒருவரைச் சொல்லவேண்டும் என்றால், 'மௌனி' என்ற புனைபெயரில் எழுதிவருபவரைத்தான் குறிப்பிட வேண்டும். அவரைத் தமிழ்ச் சிறுகதையின் திருமூலர் என்று சொல்ல வேண்டும். கற்பனையின் எல்லைக் கோட்டில் நின்று வார்த்தைக்குள் அடைபட மறுக்கும்

கருத்துகளையும் மடக்கிக்கொண்டுவரக் கூடியவர் அவர் ஒருவரே'. இது மௌனிக்குப் புதுமைப்பித்தன் அளித்த சான்றிதழ். 1946இல் மௌனியின் எழுத்தைப் பற்றிப் புதுமைப்பித்தன் வானொலியிலும் பேசியிருக்கிறார்.

'சொல்லவேண்டும், சொல்லவேண்டும்' என்பது மௌனியைத் திருமூலருடன் ஒப்பிட்டுப் புதுமைப்பித்தன் கூறிய பகுதியில் இரண்டு இடங்களில் இடம் பெறுகிறது. ஒரு இடத்தில் 'குறிப்பிட்டுச் சொல்ல வேண்டும்' என்றும் புதுமைப்பித்தன் எழுதியிருக்கிறார். இந்தப் பாணி க.நா.சு.வினுடையது. நான் படித்தவரையில் அடிக்கடி க.நா.சு.தான், 'சொல்ல வேண்டும், குறிப்பிட்டுச் சொல்ல வேண்டும்' என்றெல்லாம் தனது கட்டுரைகளில் எழுதுவார். (பிறகு, இதே பாணியை க.நா.சு.வின் சீடரான சா. கந்தசாமியும் தனது கட்டுரைகளில் அடிக்கடி 'சொல்ல வேண்டும்' என்று எழுதியிருக்கிறார்) அதனால், திருமூலரைப் பற்றிப் புதுமைப்பித்தன் கூறியதாகக் கூறும் பகுதி க.நா.சு. எழுதியதோ என்று சந்தேகப்பட வைக்கிறது.

எம்.வி.வி. என்ற எம்.வி.வெங்கட்ராம், ஒரு பேட்டியில், "மௌனியின் சிறுகதைகளில் வாக்கிய அமைப்புகளே ஒழுங்காக இருக்காது. பி.எஸ். ராமையாதான் அவற்றைத் திருத்துவார். முற்றுப் புள்ளியே மௌனி போடமாட்டார். கதைகளுக்குத் தலைப்புவைத்தது எல்லாம் ராமையாதான்" என்றெல்லாம் கூறியிருக்கிறார். இது எந்த அளவுக்கு உண்மை என்று தெரியவில்லை. *மணிக்கொடி*யில் மௌனி எழுதியதை வைத்து எம்.வி.வி. இப்படி சொல்கிறார். ஆனால், மௌனியின் சிறுகதைகள் *ஹனுமான்*, *சிவாஜி*, *தினமணி மலர்*, எம்.வி.வி.நடத்திய *தேனீ* பத்திரிகைகளில் எல்லாம் வெளியாகியிருக்கிறது. பி.எஸ். ராமையா *மணிக்கொடி*யில் வெளியான மௌனியின் கதைகளைச் செப்பனிட்டு, தலைப்புகளும் வைத்தார் என்றால், *கசடதபற* முதல் *ஹனுமான்* வரை, *மணிக்கொடி* அல்லாத பல பத்திரிகைகளின் ஆசிரியர்களும்,

பி.எஸ். ராமையா செய்ததுபோல் செய்தார்களா என்ற கேள்வி எழுகிறது. எனவே, எம்.வி.வி. கூறியது தவறு என்றே கொள்ளப்படவேண்டும்.

க.நா.சு. ஒரு சந்தர்ப்பத்தில் மௌனியை காஃப்கா வுடன் ஒப்பிட்டிருக்கிறார். இன்னொரு கட்டுரையில் க.நா.சு., "மௌனியைப் பற்றித் தமிழ் வாசகர்களை இடித்துக் கூறுகிற காரியத்தைப் புதுமைப்பித்தன் தொடங்கினார். அதற்குப் பிறகு சமயம் வாய்க்கும்போதெல்லாம் மௌனியின் பெயரைக் கூறி வந்திருக்கிறேன்" என்று கூறுகிறார் (புதுமைப்பித்தன்). "மௌனியைத் திருமூலர் என்று கூறியது தரத்தைப் பற்றியும் உருவத்தைப் பற்றியும் பிற சிறப்புகள் பற்றியும்தான்" என்றும் க.நா.சு. எழுதியிருக்கிறார்.

மௌனியைத் திருமூலருடன் புதுமைப்பித்தன் ஒப்பிடவும், க.நா.சு.வும் அவருக்குப் பின் பலரும் வியந்த மௌனியின் உரைநடை இதுதான்:

> பத்து வருஷங்களுக்கு முன்பு இவன் பட்டணத்தில் உயர்படிப்புப் படித்துக்கொண்டிருந்தபோது, இவன் பெற்றோர்கள் இவனுக்குக் கலியாணப் பிரயத்தனங்கள் செய்ததுண்டு. ஒவ்வொரு சமயமும் காரணம் காண முடியாதவகையிலே, எதேச்சை குறுக்கீட்டினால் என அவைகள் எல்லாம் தடைப்பட்டுவிட்டன. (மனக்கோட்டை)

'ஒவ்வொரு சமயமும் ஏதோவொரு காரணத்தினால் யதேச்சையாக அவை தடைப்பட்டு விட்டன' என்றுதான் பொதுவாக எழுதவேண்டும். ஆனால் மௌனி வேறுவிதமாக எழுதித் தனது நடைக்கு ஒரு கவர்ச்சியைக் கொண்டு வருகிறார்.

> 'இருட்டுவதற்கு முன்பு மாலை வந்தது. அது ஒரு மயக்கத்தைத் தருகிறது. இன்று நடுப்பகல் வெயில் கடுமை. இனிய எண்ணங்கள் மறைந்தன. வருங்காலம்

பற்றி எண்ணத் தோன்றுகிறது' என்பதை மௌனி எப்படி எழுதுகிறார்? இது மௌனியின் நடை:

"இருட்டு காணும் முன்பு மாலை வந்துகொண்டிருக்கிறது. மயக்கமும் கூட வருகிறது. இன்று நடுப்பகல் வெயில் கடுமை. வசீகர எண்ணங்கள் மறைய, வருங்கால நினைவுகள் தோன்ற இருக்கிறது," என்று மௌனி சுற்றி வளைத்து, சற்றுக் கனமான வாக்கிய அமைப்புகளைக் கொண்டு எழுதுகிறார். இதுதான் புதுமைப்பித்தனை, க.நா.சு.வைக் கவர்ந்தது. 'வருங்கால நினைவுகள் தோன்ற இருக்கிறது' என்று எழுதித் தனது உரைநடையில் ஒரு புதுமையைக் கொண்டு வருகிறார் மௌனி.

மௌனியின் சிறுகதைகளில் மெலிதான தத்துவ, வாழ்வு குறித்த விசாரம் சில இடங்களில் வெளிப்படுவதையும், அவரது புதுமையான நடையையும் தவிர வேறு எதுவும் இல்லை. முற்போக்கு இலக்கியத்திற்கு அவருடைய சிறுகதைகள் இடம் தராது. அதுபோல் இக்கால எழுத்தாளர்கள் (ஜெயமோகன் போன்றவர்கள்) கூறும் அறம், தரிசனம் போன்ற எதுவும் அவரது சிறுகதைகளில் அகப்படாது.

'மௌனி வித்தியாசமான உரைநடையில் எழுதியவர்' என்பதைத் தவிர குறிப்பிட்டுச் சொல்ல எதுவுமில்லை. இதுவே அவரது தனித்துவம். இதைப் பார்த்துத்தான் புதுமைப்பித்தனும் க.நா.சு.வும் மயங்கி, வியந்திருக்கிறார்கள்.

ந. பிச்சமூர்த்தி

ஓவியம்: ரோகிணி மணி

1900இல் பிறந்த ந. பிச்சமூர்த்தி 76 ஆண்டுகள் வாழ்ந்தார். இவரும் 'கு.ப.ரா' என்ற கு.ப. ராஜகோபாலனும் ஒரே தெருவில்

அருகருகே வசித்தவர்கள். இருவரும் இலக்கிய கர்த்தாக்கள். கவிதைகள், சிறுகதைகள் எழுதியவர்கள். இவர்களை அக்கால இலக்கிய உலகம் 'கும்பகோணம் இரட்டையர்கள்' என்று அழைத்தது. கு.ப.ரா. சில நாவல்களை எழுதிப் பார்த்திருக்கிறார். ஆனால் ந.பி. நாவல் வகையைத் தொடவில்லை. கவிதையில் கு.ப.ரா.வை விட அதிகம் சாதித்தவர் பிச்சமூர்த்தி. புதுக் கவிதையின் பிதாமகர் என்று கொண்டாடப்படுகிற அளவுக்குக் கவிதைகள் எழுதித் தன்னை ஸ்தாபித்துக்கொண்டவர் பிச்சமூர்த்தி. பாரதியார், வால்ட்விட்மனைப் பின்பற்றித் தமிழில் வசன கவிதைகள் எழுதியது நமக்குத் தெரியும். பாரதியாருடைய இதர கவிதைகளையும் வசன கவிதைகளையும் ஒப்பிட்டால், பாரதியாரின் வசன கவிதையில் கவித்துவம் கொஞ்சம் குறைவுதான்.

வால்ட் விட்மனைப் போல் எதுகை, மோனை துறந்த கவிதைகளை எழுதிப் பார்க்க வேண்டும் என்று பாரதியார் ஆசைப்பட்டார். அதற்கு முயற்சியும் செய்தார். அவர் எழுதிய வசன கவிதைகளில் புதுமை இருந்த அளவுக்கு, கவித்துவம் இல்லை. அந்த அளவோடு பாரதியின் வசன கவிதை முயற்சிகள் நின்றுவிட்டன.

பாரதிக்குப் பிறகு செய்யுள் இலக்கணத்தின் தடைகளை உடைத்து, 'நவீன கவிதை என்பது இதுதான்' என்று எழுதிக் காட்டி, அதை நிறுவியவர் ந. பிச்சமூர்த்திதான். அவரது நண்பரான கு.ப.ரா.வும் செய்யுள் இலக்கணத்தை மீறிய கவிதைகளை, புதுக் கவிதைகளை எழுதியிருக்கிறார். என்றாலும் கு.ப.ரா.வைக் 'கவிஞர்' என்று கொண்டாட முடியாது. பிச்சமூர்த்தியிடம்தான் கவிதா மனம் இருந்திருக்கிறது. அவர்தான் தன்னைப் புதுக்கவிதையின் பிதாமகனாக நிறுவிக்கொண்டார்.

உரைநடையைப் பொறுத்தவரை, அதையும் அவர் விட்டு வைக்கவில்லை. ஏராளமான சிறுகதைகளையும் எழுதியிருக்கிறார். அவரது 'மாங்காய்த் தலை', 'பதினெட்டாம் பெருக்கு' முதலான தொகுப்புகளில் பல

அபூர்வமான சிறுகதைகள் உள்ளன. மௌனியைப்போலவோ தி. ஜானகிராமனைப் போலவோ ந. பிச்சமூர்த்திக்கு என்று தனித்த நடை இல்லை. எல்லாரும் எழுதும் பொதுவான நடையில்தான் தனது சிறுகதைகளை ந.பி. எழுதியிருக்கிறார். புதுமைப்பித்தனைப் போல் புராண கதாபாத்திரங்களைக் கொண்டு பல சிறுகதைகளை எழுதி யிருக்கிறார்.

கவிதையானாலும் உரைநடையானாலும் அவரது படைப்புகளில் இந்தியத் தத்துவ மரபு அந்தர்வாகினியாக ஓடுகிறது. கடவுள் என்றில்லாவிட்டாலும், சிருஷ்டியின் பக்கம் சார்ந்து நின்று தன் காலத்திய பிரத்யட்ச உலகைப் பற்றி எழுதுகிறார். யதார்த்த உலகின் போக்குகளைக் கேள்விக்கு உட்படுத்துகிறார். அவரது கவிதைகளில் இந்தப் போக்கு அதிகமிருப்பதுபோல் தேன்றுகிறது. தன் சமகால வாழ்வை, சமூகத்தைக் கேள்விக்குட்படுத்துவது போலும், மனித சுபாவங்களை இடித்துரைப்பது போலும் அவரது படைப்புகள் உள்ளன. மார்க்ஸியத் தத்துவத்தின் பேரில் பிச்சமூர்த்திக்கு எரிச்சலும் கோபமும் உள்ளது. கவிதைகளில் ஆங்காங்கே இது வெளிப்பட்டுள்ளது. இந்திய மரபில் காலூன்றி நின்றுகொண்டு தனது மார்க்ஸிய எதிர்ப்பை வெளிப்படுத்துகிறார்.

மேல்நாட்டின் அபரிமிதமான விஞ்ஞான வழிப்பட்ட போக்கை பிச்சமூர்த்தி ஆதரிக்கவில்லை. அவர்களது தத்துவங்களும் அவருக்கு ஒத்துவரவில்லை. இந்தக் கருத்துகளை வைத்துச் சில சிறுகதைகளை எழுதியிருக் கிறார். ஒரு பே(ா)ட்டி என்ற சிறுகதை, சிருஷ்டிக்கும் விஞ்ஞானத்திற்கும் இடையே நிலவும் போட்டியை விவரிக்கிறது. 'கிறுக்கன்' என்ற கதையில் ஹனுமான் சிலையை வைத்து அந்தக் கோவிலுக்கு 'டார்வினாலயம்' என்ற பெயரை வைத்திருப்பதாகக் கதையை முடிக்கிறார். 'பிரமை' என்ற சிறுகதை உருவகக் கதை போன்றது. இதுபோன்ற கதைகளையும் பிச்சமூர்த்தி எழுதியிருக்கிறார். 'பிரமை' கதையை நடப்புலகும், கவிதை மனம் கொண்ட

கனவுலகும் மோதுவது போல் எழுதியிருக்கிறார். க.நா.சு. சொல்வது போல் பரிசோதனையாகப் பல சிறுகதைகளை பிச்சமூர்த்தி எழுதியிருக்கிறார். க.நா.சு. 'எழுத்தாளன் சோதனை முயற்சிகள் செய்து பார்க்கவேண்டும்' என்று கூறிய வழியில் ந.பி.யும் சென்றுள்ளார்.

'காட்டுவாத்து', 'குயிலின் சுருதி', 'வழித்துணை' ஆகிய மூன்று கவிதைத் தொகுப்புகளுமே முக்கியமானவை. சிறுகதைகளில் அவர் செய்த சாதனையை விடக் கவிதை யில் பிச்சமூர்த்தி நிகழ்த்திய சாதனை அபாரமானது. நவீனமான படிமங்களை நவீன கவிதையில் முதல்முதலில் அறிமுகப்படுத்தியவரே பிச்சமூர்த்திதான். இவருக்குப் பிறகுதான் தர்முசிவராம் நவீன கவிதையில் படிமத்தைத் தொடருகிறார். ந.பிச்சமூத்தியின் முதல் தொகுப்பான 'காட்டுவாத்து' தொகுதியிலேயே அவரது படிம முயற்சிகள் தொடங்கிவிடுகின்றன. எவ்வித மெனக்கிடல்களுமின்றிப் படிமங்கள் சொற்களுடன் கோத்துக்கொண்டு வருகின்றன.

'கொம்பும் கிணறும்' என்ற கவிதையின் தலைப்பே உருவகமான மறைபொருளைக் கொண்டுள்ளது. ஒரு இடத்தில் 'அணில் போல் கொம்பேறி ஒளிக்கனி கடிப்போம்' என்கிறார். 'ஒளிக்கனி' என்ற படிமம் இதுரை எந்தக் கவிஞனும் எழுதாத, சொல்லாத படிமம். 'இருளும் ஒளியும்' என்ற கவிதையில் 'இருள் மலையின் மைக்கு.....யில் ஒளிமாடு ஓலமிட' என்கிறார். அங்கு 'ஒளிக்கனி' இங்கு 'ஒளிமாடு'.

'உஷை' என்ற கவிதையில் பொழுது புலர்வதை 'இரவெனும் பட்டியை உஷை மெல்லத் திறந்தாள்' என்று கூறுகிறார். 'பட்டி' என்றால் கால்நடைகளை அடைக்கும் இடம். இதை இரவுக்கு உவமித்து 'இரவெனும் பட்டி' என்கிறார். 'அக்னி' என்ற கவிதையில் 'தீ' யைக் காளைக்கு உவமை கூறித் தன் படிமங்களை விதைக்கிறார் பிச்சமூர்த்தி. ஒரு இடத்தில் 'கொட்டத்தை ஒடுக்கி நாங்கள் கொன்றொழித்த காளைத்தீ' என்றும், இன்னொரு

பகுதியில் 'இடைமாந்தர் கல்லடித்துத் தீக்காளை தோற்றுவித்தார்' என்றும் கூறுகிறார். தீயைக் காளையாக உவமிக்கும் படிமமும் எந்தக் கவியிடமும் காணாதது. தனது கவிதைவெளியெங்கும் படிமங்களை அள்ளி இறைத்துக்கொண்டே போகிறார் ந.பிச்சமூர்த்தி. ரேஷன் முறை கடுமையாக அமலில் இருந்த காலத்தில் அவர் எழுதிய 'பெட்டிக்கடை நாராயணன்' என்ற கவிதை பல வாசகர்களைக் கவர்ந்தது.

'புதுக்கவிதையின் பிதாமகர்' என்று ந.பி.யை யார் அழைத்தார் என்று தெரியவில்லை. ஒருவேளை சி.சு. செல்லப்பாவோ, சி. கனகசபாபதியாகவோ இருக்கலாம். பிச்சமூர்த்தியைப் பற்றி கனகசபாபதி எழுதியுள்ள கட்டுரை மிக முக்கியமான கட்டுரை. அவரை யார் புதுக்கவிதையின் பிதாமகன் என்று கூறியிருந்தாலும் அதற்கு முற்றிலும் தகுதியானவரே.

கு. அழகிரிசாமி

ஓவியம்: மணிவண்ணன்

இந்த உலகில் வெறும் நாற்பத்தேழு ஆண்டுகளே உயிர்வாழ்ந்த கு.அழகிரிசாமி சிறந்த சிறுகதையாசிரியராகத் தமிழ்நாட்டில் அறிமுகமாகியிருக்கிறார். அவர் 105 சிறுகதைகள்

எழுதியிருக்கிறார். ஆனால் அழகிரிசாமி சிறுகதைகளைத் தவிர மூன்று நாவல்கள், எட்டுக் கட்டுரை நூல்கள், மூன்று சிறுவர் நாவல்கள், நான்கு நாடகங்கள் எழுதியுள்ளார். குறிப்பிடத்தக்க அளவில் மொழிபெயர்ப்புகளையும் செய்துள்ளார். இவை தவிர சக்தி காரியாலயத்திற்காகக் கம்பராமாயணப் பதிப்பு, அண்ணாமலை ரெட்டியார் காவடிச் சிந்துபோன்ற நூல்களின் பதிப்பாசிரியராகவும் செயல்பட்டிருக்கிறார்.

தமிழக அரசில் எழுத்தராகப் பணிபுரிந்திருக்கிறார். பிறகு *பிரசண்ட விகடன், தமிழ்மணி, சக்தி, தமிழ் நேசன் (மலேஷியா), நவசக்தி, தமிழ் வட்டம், சோவியத் நாடு* போன்ற பத்திரிகைகளிலும் வேலை பார்த்திருக்கிறார். அவரது மறைவிற்குப் பிறகு சாகித்ய அகாடமி விருது வழங்கப்பட்டிருக்கிறது. நான் முதல்முதலாகப் படித்த கு.அழகிரிசாமியின் சிறுகதைத் தொகுப்பு 'தெய்வம் பிறந்தது.' மிக எளிமையாகச் சொல்லப்பட்ட கதைகள். ஆனால் அந்தக் கதைகளில் இழையோடிய மனோபாவங்கள், நளினங்கள் வெகுவாக என்னைக் கவர்ந்தன. 'கு.ப.ரா' என்ற கு.ப. ராஜகோபாலனின் சிறுகதைகளைப் படித்தபோது மனம் அனுபவித்த அந்தச் சுகானுபவம், அத்தொகுப்பிலிருந்த 'குமாரபுரம் ஸ்டேஷன்' என்ற கதையிலும் கிடைத்தது. அமர வேதனை போன்ற அனுபவத்தில் மனம் திளைத்தது. லா.ச.ரா.வின் பச்சைக்கனவு, மௌனியின் சில கதைகளைப் போல, கு.அ.வின் 'குமாரபுரம் ஸ்டேஷன்' கதையையும் திரும்பத் திரும்ப இன்றும் படித்துக்கொண்டிருக்கிறேன்.

மனம்கொள்ளும் கோலங்களை, அதன் வர்ண ஜாலங்களை அலுக்காமல் வர்ணித்துக்கொண்டே போகிறார் அழகிரிசாமி. கு.ப.ரா.வைப் போல் மனம்கொள்ளும் கோலங்களைத் தன் சிறுகதைகளில் விவரித்துக்கொண்டே போகிறார். கு.ப.ரா., தனது சிறுகதைகளில் ஒரே ஒரு ஒற்றை உணர்ச்சியைச் சுற்றிக் கதையைப் பின்னுவதிலேயே கவனம் செலுத்துகிறார். ஆனால் கு.அ. தனது பெரும்பாலான சிறுகதைகளில்,

க்ஷணத்துக்குச் க்ஷணம் மாறும் மனத்தின் கோலங்களைக் கூடச் சித்திரிக்கிறார்.

1952–க்கு முன்பு அவர் எழுதிய கதை என்று கூறப்படுகிற 'பெரிய மனுஷி' என்ற சிறுகதையின் நாயகனான கண்ணனின் மாறிமாறி வரும் மனநிலைகளை வெகுஅனாயாசமாக கு.அ. விவரித்துள்ளார். பிரசவத்திற்காக ஊருக்குச் சென்றிருக்கிற மனைவி மீது (பொய்க்) கோபம்கொண்டவனாகத் தோன்றும் கண்ணன், அவ்வளவு சிறுவயதில் மனைவி தாய்மை அடையக் காரணமாக இருந்த தன்மீது சிறு வெறுப்பைக்கொள்கிறான். பிறகு தனிமையில் மனைவியைச் சந்திக்கும் தருணத்தில் பயமும் கூச்சமும் அடைகிறான். சுமார் ஐந்தே பக்கங்களில் அப்பாத்திரம் அனுபவிக்கும் மனதின் இத்தனை வர்ண ஜாலங்களையும் கதை நெடுக அள்ளித் தெளித்துள்ளார் கு.அ. ஓர் உதாரணத்திற்குத்தான் இதைச் சொன்னேன்.

ஆனால், பெரும்பாலான சிறுகதைகள் இந்தப் பின்னணியில்தான் எழுதப்பட்டிருக்கின்றன. குமாரபுரம் ஸ்டேஷனில் அழகிரிசாமி வலிந்து எதையும் சொல்லிவிடவில்லை. சாதாரணமான, அன்றாட வாழ்வில் நடக்கும் சிறுசிறு சம்பவங்களால் கோக்கப்பட்ட கதைதான் அது. கோவில்பட்டி பள்ளிக்கூடத்தில் தலைமை ஆசிரியராக இருக்கும் சுப்பராம ஐயர், குமாரபுரம் ஸ்டேஷனில் ஸ்டேஷன் மாஸ்டராகப் பணியாற்றும் தன் நண்பரைப் பார்க்க வருகிறார். இரண்டு நாட்கள் தங்கியிருந்து விட்டுப் போகிறார். அன்னா கரீனினா படிக்கும் அவர் கோவில்பட்டிக்கு ரயிலில் செல்லும்போது பெறும் அனுபவமும், கோவில்பட்டியில் இறங்கிய பிறகு கதையில் அறிமுகமாகும் போர்ட்டரின் அன்பும் மனிதாபிமானமிக்க, கருணைமயமான ஒரு உலகத்தை விரிக்கிறது. அவருடைய மிகச் சிறந்த சிறுகதையாக இது வாசகர்களால் கொண்டாடப்படுகிறது.

'தியாகம்' ஒரு சிறுகதையில் வரும் கதிரேசன் செட்டியார் அபூர்வமான குணச்சித்திரவார்ப்பு.

யதார்த்தம், நடைச் சித்திரம் போல் தோன்றினாலும், அவர் கடைப்பையன்களை எப்போதும் திட்டிக்கொண்டே இருப்பது, அவர்களைத் தன்னைப் போல் லௌகீகத்திற்கும் தொழிலுக்கும் ஏற்றவர்களாகத் தயார் செய்யத்தான் என்பது உணர்த்தப்படும்போது, வாசகனின் மனத்தில் இதம் குடிபுகுகிறது. நெல்லை மாவட்ட வட்டார வழக்கு உரையாடல்கள் அப்படியே இடம்பெற்ற சிறுகதைகளில் தியாகமும் ஒன்று.

அழகிரிசாமியும் தனது முன்னோடியான புதுமைப்பித்தனைப் போல், அவ்வளவு சிரத்தையின்றிக் கதைகளை எழுதிச் செல்பவராகத்தான் தென்படுகிறார். எழுதும்போது அந்த நேரத்தில் என்ன சொல் அல்லது வார்த்தை வந்து விழுகிறதோ அதுதான் எழுத்து என்று திருப்தியடைந்துவிடுபவராகவே தோன்றுகிறார். சொற்களுக்காக அவர் மெனக்கிடுகிறவராகத் தெரிய வில்லை. மிக மெலிதான, சன்னமான மன உணர்ச்சிகளை எழுதும் ஆசை மிகுந்த கு.அ., பல இடங்களில், போகிற போக்கில், அந்த நேரத்தில் தோன்றிய சொற்களைப் போட்டு எழுதிவிடுகிறார்.

'ராஜா வந்திருக்கிறார்' கதையில் '...சிற்சில குழந்தைகள் தங்கள் தங்கள் வீட்டுக்கு நேராக வந்த மாத்திரத்தில் கூட்டத்திலிருந்து விலகி வீட்டுக்குப் போய்விட்டார்கள்...' என்று குழப்பமாக எழுதுகிறார் அழகிரிசாமி. அவர் சொல்ல விரும்புவது இதுதான்: 'சில குழந்தைகள் தங்கள் வீடு வந்ததும், கூட்டத்திலிருந்து விலகி வீட்டுக்குப் போய்விட்டார்கள்' என்பதுதான். 'சில' என்று சொன்னாலே போதும். அது என்ன 'சிற்சில'? 'தங்கள் தங்கள் வீட்டுக்கு நேராக வந்த மாத்திரத்தில் . . . ' என்று சுற்றி வளைத்துத் திணறுகிறார். பல சிறுகதைகளில் இதுபோன்ற பொருத்தமற்ற, அக்கறையில்லாத எழுத்துப் பகுதிகள் இடையிடையே தலையை நீட்டுகின்றன. புதுமைப்பித்தனிடமும் இதுபோன்ற பகுதிகள், அவசரமான, அக்கறையற்ற எழுத்து உண்டு. இவற்றையெல்லாம் தவிர்க்க முடியாத கத்துக்குட்டிகளல்ல

அவர்கள். நிறைவான அம்சங்கள் பல உண்டு என்றாலும் சுருதி பேதம் போல் இடையிடையே இப்படி அபஸ்வரம் எழுவதைத் தேர்ந்த படைப்பாளியான அழகிரிசாமி தவிர்த்திருக்கவே வேண்டும்.

ஜானகிராமனிடமோ அசோகமித்திரனிடமோ அல்லது ஆர். ராஜேந்திர சோழன், பூமணி, கி. ராஜநாராயணன் போன்றோரிடமோ இந்த எழுத்து அசட்டையைப் பார்க்க முடியாது; அபஸ்வரம் தட்டாது. ஒருவேளை கு. அழகிரிசாமி ஏககாலத்தில் எழுத்தாளராகவும் பத்திரிகையாளராகவும் செயல்பட நேர்ந்ததால் கூட இருக்கலாம். இலக்கிய எழுத்தின் அழகு, பத்திரிகை எழுத்துக்குத் தேவைப்படாமல் போய்விடுகிறது என்பது உண்மையே.

தேன்மழை பதிப்பகம் கு.அ.வின் பெரும்பாலான கட்டுரைகளையும் வெளியிட்டிருக்கிறது. எவ்வளவு கடினமான விஷயத்தையும் எளிமையாகவும் ஆற்றொழுக்காகவும் கு.அ.வினால் கட்டுரைகளில் எழுத முடிகிறது. அருமையான கட்டுரைகள் அவை. குறை சொல்ல இடமில்லாத கட்டுரை நடை. தேர்ந்த வாசகனுக்கு மனநிறைவைத் தரும் கட்டுரைகள் அவை. அவருடைய சிறுகதைகள் முக்கியத்துவம் பெற்ற அளவுக்குக் கட்டுரைகளை யாருமே – கவனிக்கவில்லை. இலக்கிய வாசகர்கள் செய்த பெரும் தவறு இது.

'கவிச்சக்ரவர்த்தி கம்பர்' நாடகம், கு.அ. எழுதிய நாடகங்களில் முக்கியமானது. சேவா ஸ்டேஜ் இதை நாடகமாக நடத்தியது. இதுதவிர 'வஞ்சமகள்', 'வாழ்வில் வசந்தம்', 'வைகுண்டத்தில் கம்பரும் வால்மீகியும்' போன்ற நாடகங்களையும் அழகிரிசாமி எழுதியிருக்கிறார். 'டாக்டர் அனுராதா', 'புதுவீடு', 'புது உலகம்' ஆகிய நாவல்களையும் கு.அ. எழுதியிருக்கிறார். இவை குறித்துச் சொல்ல ஏதுமில்லை. குறிப்பிடத்தக்க ஏழெட்டு சிறுகதை களும் பல கட்டுரைகளும் கு.அழகிரிசாமி தமிழுக்கு அளித்த காணிக்கை என்று சொல்லலாம்

இலக்கியமும் இலக்கியவாதிகளும்

தி. ஜானகிராமன்

ஓவியம்: ஆதிமூலம்

தி. ஜானகிராமன் – சிறுகதைகள், நாவல்கள், பயணக் கட்டுரைகள், நாடகம் என்று பலவற்றை எழுதிப் பார்த்திருக்கிறார். கவிதைதான் அவர் எழுதவில்லை. 'வடிவேலு

வாத்தியார்' என்ற நாடகம் தி. ஜானகிராமனால் எழுதப்பட்டு எஸ்.வி. சகஸ்ரநாமத்தின் 'சேவா ஸ்டேஜ்' குழுவினரால் நடிக்கப்பட்டது. உரைநடையில் ஜானகிராமன், தனக்கென ஒரு பாணியைச் சிருஷ்டித்துக் கொண்டவர். மௌனி, லா.ச.ரா.வைப் போல் அவரது நடை அலங்காரம் தத்துவத்தாலும் உணர்வுகளாலும் இழுத்துச் செல்லப்படுவதில்லை. பெரும்பாலும் மனவுணர்வுகளே அவரது உரைநடையின் தொனியைத் தீர்மானிக்கின்றன. இந்தத் தொனி தஞ்சாவூர்ப் பகுதி மக்களின் பேசும் தொனி. இதை அசாதாரணமான ஒரு லாவகத்துடன் ஜானகிராமன் கையாளுகிறார்.

'...அப்புவுக்கு அழவேண்டும் போலிருந்தது. அப்போது அழவில்லை. பாடசாலைக்குப் போயும் அழவில்லை. போய், அரிசி உப்புமாவும் கத்திரிக்காய் கொத்சும் சாப்பிடும்போதும் அழவில்லை...' (அம்மா வந்தாள்).

'இவருக்கு மாசம் அஞ்சு – அவருக்கு அஞ்சுகலம் சம்பளம் கொடுக்கிறோமே – அதுவா? சாப்பாடு, துணிமணி யெல்லாம் கொடுக்கிறோமே அதுவா? இல்லே' மாசம் ரெண்டு தடவை மாயவரத்துக்கு என்னோட சினிமாப் பார்க்க அனுப்புறீங்களே அதுவா?... (உயிர்த்தேன்)

இப்படி வார்த்தைகளைத் திரும்பத் திரும்பச் சொல்லியும், மடக்கி மடக்கி எழுதியும் ஒரு நடை அலங்காரத்தைக் கட்டி எழுப்புகிறார் ஜானகிராமன். அவருடைய தனித்துவமான இன்னொரு நடை விசேஷம், பொருட்களை மட்டுமின்றி, மனிதர்களையும் அஃறிணையாகப் பாவித்து எழுதிச் செல்வது.

'அரைமணிக்கு முன்னால்தானே அது பதினைந்தாம் புலி ஆடிக்கொண்டிருந்தது. "தாத்தாவை (புலியை)க் கட்டிவிட்டேன்! கட்டிவிட்டேன்!" என்று கிடந்து கூத்தாடிற்றே!... அரை மணிகூட ஆகவில்லையே...' (சண்பகப்பூ). இந்த பாணியை *பாலகுமாரன், இந்துமதி* போன்ற, வெகுஜனப் பத்திரிகைகளில் எழுதிய

எழுத்தாளர்களும் வண்ணதாசனும் கூடச் சில இடங்களில் பின்பற்றி எழுதியிருக்கிறார்கள்.

'மரப்பசு' நாவலில் ஓர் இடம்:

'... எதிரே உட்கார்ந்திருந்த அஞ்சாறு ஜட்ஜும் இப்படி ஒரு பக்கம் ஒண்ணு பார்த்துண்டிருந்தது. அப்படி ஒரு பக்கம் பார்த்துண்டிருந்தது. ஒண்ணு பூனை மாதிரி கண்ணை மூடிண்டிருந்தது. ஒண்ணு பென்சிலைக் கடிச்சுண்டேயிருந்தது. இன்னொண்ணுக்கு மூலம். நாற்காலியிலே இப்படியும் அப்படியுமா உடம்பைத் திருகிண்டு, மூஞ்சியைச் சுளிச்சுண்டே கேட்டுண்டிருந்தது ...'

ஜானகிராமனுக்கு முன்னால் எந்த எழுத்தாளரும் மனிதர்களை அஃறிணையாக வர்ணித்து எழுதியதாகத் தெரியவில்லை. இது தமிழர்களின் வீடுகளில் பேசப்படுவதுதான். 'அப்பா வந்திச்சு', 'மாமா சொல்லிச்சு', 'அது போயிட்டுது' என்றெல்லாம் தமிழ்க் குடும்பங்களில் பேசப்படுவதுதான். அதை அப்படியே பயன்படுத்திக்கொள்கிறார் ஜானகிராமன். சொல்ல வேண்டிய இடத்தில் பொருத்தமாகச் சொல்லி, அதற்கு இலக்கிய அந்தஸ்தும் தந்துவிடுகிறார் தி.ஜா.

உரைநடையாக இருந்தாலும் சரி, கவிதையாக இருந்தாலும் சரி, எழுதிச் செல்லும்போதே ஒரு தொனி வந்துவிடும். 'தொனி' என்றால் 'குரல்' என்று கொள்ளலாம். அசரீரி மாதிரி, அந்தத் தொனி, படைப்பினுள் தானாகவே கவிந்துவிடும். இது மொழியும் உணர்வும் நடத்தும் மாயம். இந்தக் கட்டுரையில் கூட ஒரு தொனி இருக்கிறது. பேச்சில், எழுத்தில் ஒரு ஒழுங்கும், சொல்லும்முறை (அல்லது விவரிப்பு, நடை)யும் கூடி தொனியைத் தோற்றுவிக்கிறது.

சில உரைநடையாசிரியர்களிடம் இது பேரழகுடன் வெளிப்படுகிறது. சில எழுத்தாளர்களின் கதைகளைப்

படிக்கும்போது அக்கதைகள் ஒரு யாந்த்ரீகமான, மரக்கட்டை போன்ற மொழியில் எழுதப்பட்டிருக்கும் உணர்வை வாசகனிடம் தோற்றுவிக்கும் (சமீபத்திய உதாரணம்: இமையத்தின் 'செல்லாத பணம்') ஆனால் இதுவும் ஒருவிதமான தொனியே. வறட்டுத்தனமான தொனி என்று இதைக் குறிப்பிடலாம். தி. ஜானகிராமனின் உரைநடையில். பேரழகுடன் கூடிய தொனி, நடையாக மலர்கிறது.

அவரது 'அன்பே ஆரமுதே', 'செம்பருத்தி' போன்ற நாவல்களை விட 'உயிர்த்தே'னிலும், 'அம்மாவந்தா'ளிலும், பிறகு 'மரப்பசு'விலும், அவரது ஜீவனும் கலையழகும் மிக்க மொழிநடை வாசகனைச் சுழல் போல் உள்ளே இழுத்துவிடுகிறது. மனசெல்லாம் தித்திக்கும் நடையில் இந்த மூன்று நாவல்களையும் ஜானகிராமன் எழுதியிருக்கிறார். பெண்களை, ஆண்களை, ஊர்களை, தோட்டம் துரவுகளை, காவிரியை, பறவைகளை வர்ணித்து வர்ணித்து மாளவில்லை ஜானகிராமனுக்கு. அதுவும் அலுப்புத்தட்டாமல் வர்ணிக்கிறார்.

'மரப்பசு' உள்பட, எல்லா நாவல்களிலுமே பெண்பாத்திரங்கள் பிரமாண்டமாக எழுந்து நிற்கின்றன. தன் கதாநாயகியரை அப்படி உருவாக்கியுள்ளார். கு.ப.ரா.வின் 'ஆற்றாமை', 'நூருன்னிஸா' போன்ற சிறுகதைகளில் வரும் ஏக்கமும் காதலுணர்வும்மிக்க பெண்களை, தனது நாவல்களில் மிக விரிவாக்கி, ஆஜானு பாகுவாகச் சித்திரிக்கிறார் ஜானகிராமன். கு.ப.ரா. தொடங்கி வைத்த இந்தப் பெண் வியப்பு ஜானகிராமனின் நாவல்களில் பேராறாகப் பிரவகிக்கிறது. (அசோகமித்திரனிடம் கூட இது, அவருக்கே உரிய மிக அமுங்கிய குரலில் வெளிப்படுகிறது.)

ஆண் – பெண் பிறழ் உறவுகளைத் தனது நாவல்களில் தாராளமாகக் கையாளுகிறார் ஜானகிராமன். இது இலக்கிய அலங்காரமாகவே ஜானகிராமனிடம்

வெளிப்படுகிறது. மோகமுள்ளிலிருந்து இந்தப் பெண் மோகமும், பிறழ் உறவும் ஜானகிராமனால் திரும்பத் திரும்ப எழுதப்படுகின்றன. அவரது நாவல்களில் உள்ள இந்த அம்சம், அவரது சிறுகதைகளில் இல்லை. நாவல்களைப் போலவே ஜானகிராமனின் சிறுகதைகளும் செட்டான உருவத்துடன் அமைந்துள்ளன. உருவத்திலும் கதை சொல்லும் உத்தியிலும் ஏராளமான சோதனை முயற்சிகளை ஜானகிராமன் செய்திருக்கிறார் என்பதை விட, வெகு இயல்பாகவே, பெரும் பிரயத்தனம் எதுவும் இன்றியே விதம்விதமான உருவங்களிலும் உத்திகளிலும் அவர் எழுதியிருக்கிறார் என்பதே சரி.

தமிழில் பயண நூலாசிரியர்கள் பலருண்டு. தனது ஜப்பானியப் பயணத்தை 'உதயசூரியன்' என்று எழுதியுள்ளார். ஐரோப்பிய–ஜெர்மானியப் பயணத்தைக் 'கருங்கடலும் கலைக்கடலும்' என்றும், காவிரியுடன் அவரும் சிட்டியும் செய்த பயணத்தை 'நடந்தாய் வாழி காவிரி' என்றும் எழுதியிருக்கிறார். பெரும்பாலும் மிருதுவான, சன்னமான குரலிலேயே இவற்றை எழுதியுள்ளார். வெறும் தகவல்களாக இல்லாமல், ஒரு அமைதியான கலைஞனின் அனுபவங்களாக இந்தப் பயண நூல்கள் உள்ளன. கிரேஸியாடெலடாவின் 'அன்னை' என்ற நாவலை ஜானகிராமன் மொழிபெயர்த்துள்ளார். ஃபாக்னரின் சிறுகதைகளையும் மொழிபெயர்த்துள்ளதாகத் தெரிகிறது. இவை வெளிவரவில்லை.

அறுபத்திரண்டு வயதுவரை வாழ்ந்த தி. ஜானகிராமன், எழுத்துலகில் நிகழ்த்தியுள்ள சாதனை அசாதாரணமானது.

கி. ராஜநாராயணன்

ஓவியம்: ரோகிணி மணி

நல்லவேளையாக கி. ராஜநாராயணன் தனது பெயரை 'இராஜநாராயணன்' என்று எழுதவில்லை. அந்த வகையில் தமிழ் பிழைத்தது. ஆனால் அவருக்கு வேறுவிதமான பற்று இருந்தது. அது 'டி.கே.சி.' என்ற டி.கே. சிதம்பரநாத முதலியார் மீதான பற்று. பேச்சுமொழியைத்தான் எழுத்து மொழியாகவும் பயன்படுத்த வேண்டும் என்ற விசித்திரமான கட்டுப்பாட்டை விதித்துக்

கொண்டு, டி.கே.சி அதைப் பற்றிப் பேசியும் எழுதியும் வந்தார். அவர் மீதான அபிமானத்தில் ராஜநாராயணனும் 'பெரிய' என்று எழுத மாட்டார், 'பெரிய்ய' என்று தான் எழுதுவார். 'அவர் பேரில்தான் தப்பு' என்பதை 'அவர் பேரில்த்தான் தப்பு' என்றும், 'நல்ல நாள் பார்த்து' என்பதை 'நல்ல நாள்ப் பார்த்து' என்றும் எழுதுகிறார்.

அப்படியானால் தனது சிறுகதைகள், நாவல்களில், கதாபாத்திரங்கள் உரையாடும் பகுதிகள் தவிர, ஆசிரியர் கூற்றாக வரும் இடங்களிலும் ராஜநாராயணன் பேச்சு வழக்கையே பயன்படுத்தியிருக்கிறாரா என்றால், இல்லை. கிராமியக் கதைகள் அல்லது நாட்டுப்புறக் கதைகளைப் பலர் சேகரித்து வெளியிட்டுள்ளனர். கி.ரா. நாட்டுப்புறம் என்று வழங்கப்படும் கிராமப் பகுதி களில் சொல்லப்பட்ட பாலியல் கதைகளையும் தொகுத்துள்ளார். பேராசிரியர் நா. வானமாமலையைத் 'தமிழ்நாட்டு நாட்டுப்புறவியலின் தந்தை' என்று கூறலாம். தமிழ்நாட்டில் நாட்டுப்புறவியலை முதல் முதலில் ஆய்வு செய்தவர் நா.வா. அவர் கூட பாலியல் கதைகளைக் கவனத்தில் கொள்ளவில்லை. இவையெல்லாம் 'கி.ரா' என்ற கி. ராஜநாராயணன் மீது எழும் விமர்சனங்கள்.

ஆனால் இவற்றுக்கு அப்பால், கி.ராஜநாராயணன் ஓர் அருமையான எழுத்தாளர். பல அபூர்வ சிறுகதைகளை ராஜநாராயணன் எழுதியிருக்கிறார். 'கோபல்லபுரம்', 'கோபல்லபுரத்து மக்கள்' என்ற இரண்டு நாவல்களையும் எழுதியிருக்கிறார். அவரைச் சிறந்த நாவலாசிரியர் என்று சொல்வதைவிட, அபாரமான சிறுகதைகளை எழுதிய சிறந்த சிறுகதையாசிரியர் என்பேன். இவை தவிர, வேறு எந்தத் தமிழ் எழுத்தாளரும் செய்திராத ஒரு செயலையும் கி.ரா. செய்திருக்கிறார். அது கரிசல் வட்டார வழக்குச் சொற்களை அவர் தொகுத்ததுதான். இதுவும் அவரது முக்கியமான பங்களிப்பு.

கி. ராஜநாராயணனும் கு. அழகிரிசாமியும் ஒரே ஊரில், ஒரே தெருவில் பிறந்து வளர்ந்தவர்கள்.

ந. பிச்சமூர்த்தியையும் கு.ப. ராஜகோபாலனையும் 'கும்பகோணம் இரட்டையர்கள்' என்று சொல்வது போல் கு. அழகிரிசாமியையும் கி. ராஜநாராயணனையும் 'இடைசெவல் இரட்டையர்கள்' என்று சொல்லலாம். கு. அழகிரிசாமியின் சிறுகதைகளை விட இறுக்கமும் செறிவும்மிக்க செட்டான உருவத்துடன் ராஜநாராயணன் தன்னுடைய சிறுகதைகளை எழுதியிருக்கிறார். உருவ அமைதி மிக்க சிறுகதைகள் அவை.

புதுமைப்பித்தன், மௌனி, தி. ஜானகிராமன் போன்ற எழுத்தாளர்களுக்கெல்லாம் தனித்துவமான உரைநடை இருக்கிறது. ஆனால் ராஜநாராயணனின் உரைநடை அப்படியல்ல. சாதாரணமான உரைநடைதான் கி.ரா. வுடையது. ஆனால் அந்த உரைநடையிலேயே பல அற்புதமான சிறுகதைகளை எழுதியிருக்கிறார். 'கதவு', 'மின்னல்', 'ஜெயில்', 'சிநேகம்', 'கோமதி', 'நாற்காலி', 'வேட்டி', 'கன்னிமை' என்று மறக்கமுடியாத பல சிறுகதைகளை எழுதியிருக்கிறார் ராஜநாராயணன். அவரது சிறுகதை களும் கரிசல் வட்டாரச் சொல்அகராதியும் அவர் தமிழுக்கு அளித்த கொடை. 'கரிசல் இலக்கியம்' என்று மண் சார்ந்த ஒரு இலக்கியத்தை அவர் வகைப்படுத்தியும், அதை வற்புறுத்தியும் வந்திருக்கிறார். ஆனால் அவரது கதைகளை எந்த வட்டாரத்திற்குள்ளும், எந்த மொழி அல்லது நாட்டுக்குள்ளும் அடைக்க முடியாது. உலகப் பொதுமை கொண்ட படைப்புகள் அவை.

ஜெயகாந்தன்

ஓவியம்: ஆதிமூலம்

தமிழ் உரைநடையில், மணிக்கொடி காலத்து எழுத்தாளர்களிடமிருந்து இரண்டு முக்கியமான போக்குகள் பிறக்கின்றன. ஒரு போக்கு – புதுமைப்பித்தனின் விமர்சன,

எள்ளல் மனோபாவத்தை இலக்கியத்தில் முன்வைக்கிறது. இன்னொரு போக்கு அதற்கு நேர்மாறானது. அதிர்ந்து பேசாமல், முடிந்தவரை மென்மையான நடையில் எழுதிச் செல்வது. இது 'கு.ப.ரா' என்ற கு.ப.ராஜகோபாலனிட மிருந்து தொடங்குகிறது. இன்று வரை தமிழ் உரைநடையில், கு.ப.ரா.வின் பாணியைப் பின்பற்றியவர்களே அதிகம்.

புதுமைப்பித்தனின் விமர்சனபூர்வமான போக்கு ஓரளவு சுந்தர ராமசாமியிடமும், பெருமளவு ஜெயகாந்த னிடமும் உள்ளது. புதுமைப்பித்தனின் மணிப்பிரவாள நடையையும் அவரது எள்ளலையும் பின்தொடர்வது கடினம். அவரைப் போல் அவர் மட்டுமே எழுத முடியும். பு.பி.யின் மனோபாவமும் அவரது எழுதுமுறையும் தனித்துவமானதுதான் என்றாலும், பாரதியின் உரைநடையைப் போல் பு.பி.யின் உரைநடையும் இன்று பழசாகி விட்டது. ஆனால் அவரது படைப்புகளில் உள்ள விமர்சனமும் அந்தக் கிண்டலும் பழசாகவில்லை.

சுந்தர ராமசாமியின் முதலாவது சிறுகதைத் தொகுப்பான 'பிரசாதம்' தொகுப்பிலுள்ள கதைகளில், அவரது விமர்சன மனோபாவம் ஓரளவு வெளிப்படு கிறது. ஆனால் ஜெயகாந்தனுடைய சிறுகதைகளிலும் குறுநாவல்களிலும் வாழ்வையும் மனிதர்களையும் எள்ளல் இல்லாமல், சற்றே விமர்சனமாக ஜெயகாந்தன் அணுகுகிறார். அவரது இந்த அணுகுமுறைக்காகச் சம்பவங்களையும் பாத்திரங்களையும் நாடகீயப்படுத்து கிறார் ஜெயகாந்தன்.

அவரது கதைகளில் எதிரும் புதிருமான குணங் களைக் கொண்ட பாத்திரங்களை அவர் அனாயாசமாக உலவவிடுகிறார். இந்தக் கதாபாத்திரங்கள் தர்க்கித்து வாதிடுகின்றன. அவரது கதைகளில் இடம்பெறும் பாத்திரங்கள் மட்டுமல்ல, ஆசிரியர் கூற்றாக ஜெயகாந்தனே எழுதும் பகுதிகளிலும் தர்க்கமும் விவாதமும் மேலோங்கி நிற்கின்றன. ஜெயகாந்தனிடம் விவாதமில்லாத கதைகளே

இல்லை. அவரையும் கதையோட்டத்தையும் நீண்ட விவாதங்கள் இழுத்துச்செல்கின்றன. புதுமைப்பித்தனிடம் இந்த விவாத மனோபாவம் இல்லை என்றாலும் புதுமைப்பித்தனைப் போல் ஜெயகாந்தனிடமும் உள்ள கதை சொல்லும் தொனி மிகுந்த சத்தமானதுதான். இலக்கிய அழகியல் சார்ந்த அமைதியை இருவரது படைப்புகளிலும் தேடித்தான் கண்டுபிடிக்க வேண்டும். பு.பி.யை விட ஜெயகாந்தனின் படைப்புகளில் சத்தம் மிகுதி. இதற்குக் காரணம் ஒய்வு ஒழிச்சலற்ற அவரது விவாதிக்கும் குணம்தான்.

சுந்தர ராமசாமியிடம் வாழ்வை விமர்சனபூர்வமாக அணுகிப் பார்க்கும் தன்மை மட்டுமே உண்டு. உரத்த விவாதமோ தர்க்கப் பீறிடல்களோ அவரது முதல் தொகுப்பில் கூட கிடையாது. இலக்கிய அமைதியை, அழகியலின் நளினத்தை உணர்ந்தவர் சு.ரா. தனது ஒருசில கட்டுரைகளில் கூட – குமுதத்தில் தொடராக எழுதிய – ஜெயகாந்தனால் ஓர் இலக்கியபூர்வமான அமைதியைக் கொண்டுவர முடிகிறது. அவரது ‘ஒரு மனிதன் ஒரு வீடு ஒரு உலகம்’ நாவலில் மட்டுமே அவருக்கு இந்த இலக்கிய அமைதி கைகூடுகிறது. எனவே இதுபற்றித் தெரியாதவரல்ல ஜே.கே. ஆனால் கதையுலகில் அவர் பெரும்பாலும் நாடகத் தன்மையை நம்பியே இருக்கிறார். பேருக்கு யதார்த்தம் அல்லது நடப்புலகைத் தொட்டுக்கொண்டு, பெரும்பாலும் எப்படியாவது நாடகத் தன்மைக்குப் படைப்பை இட்டுச் சென்றுவிடுகிறார். அதனால் படைப்பின் அமைதி கெட்டுவிடுகிறது. திரும்பத்திரும்ப அவரது உரைநடைப் படைப்புகளில் நிகழுவது இதுதான். தர்க்கம், விவாதம், இதனால் எழும் சத்தம்.

இந்த மனத்தளத்தை அவர் வலிந்து உருவாக்கு கிறார் என்று கருதமுடியவில்லை. சாதாரண, அன்றாட வாழ்வில் கூட – அவரது குடும்ப உறுப்பினர்களுடன் எப்படி பழகினார், பேசினார் என்று தெரியவில்லை – அவர் சந்திக்கும் நபர்களிடம் பெரும்பாலும் அவர்

மட்டுமே பேசுகிறவராக வாழ்ந்தார். எந்த விஷயத்தை யும் உரத்துத் தர்க்கித்துப்பேசுவதே அவரது இயல்பாக இருந்தது. அதனால், இந்தத் தனது சுயத்தை, அவர் தனது கதைகளுக்கு அப்படியே எளிதாக மடைமாற்றிவிடுகிறார்.

ஆனாலும் அவரது சமகாலத்தில் வெகுஜனப் பத்திரிகைகளில் எழுதிய அகிலன், நா. பார்த்தசாரதி போன்றவர்களைப் போல் அவரும் வாசகர்களிடையே அதிகப் புகழ்பெற்றிருந்தார். அவரது கதைகள் அந்த வாசகர்களால் விரும்பி வாசிக்கப்பட்டன. படித்த, மத்தியதர வர்க்கம் 'நான் ஜெயகாந்தனின் வாசகன்' என்று கூறிக் கொள்வதை ஒரு பெருமையாகவே கருதிய காலம் ஒன்று இருந்தது.

அவரது கதைகளில் ஜனரஞ்சகத் தன்மை இருந்தாலும், அவரது உரைநடையில் ஒரு பண்டிதநடை இருந்து கொண்டே இருந்தது. ஆனால் இந்தப் பண்டிதத்தனத்தை அவர் கதைகளில் ஊடாடும் நாடகத் தன்மை மூடிமறைத்து விட்டது. தேர்ந்த வாசகனால் அவர் நடையிலுள்ள தமிழ்ப் பண்டிதத் தன்மையை எளிதில் இனம்கண்டு கொள்ள முடியும்.

ரிக்ஷா ஓட்டுகிற, குதிரைவண்டியோட்டுகிற, சிறு தொழில் செய்து பிழைக்கிற விளிம்புநிலை மனிதர்களை முன்வைத்து அவர் பல சிறுகதைகளையும் குறுநாவல்களை யும் எழுதியிருந்தாலும், பிராமணர்களையும் அவர்களது வாழ்வையும் சித்திரிப்பது என்றால் ஜே.கே.வுக்கு அலாதிப் பிரியம். சேரித் தமிழ், பிராமணத் தமிழ் இரண்டுமே அவருக்கு லகுவாக வசப்பட்டது. கருத்து களை மோதவிட்டுப் பார்ப்பதற்கு அவர் வரிந்து வரிந்து எழுதிய பிராமண மக்களின் வாழ்வு இசைவாக அமைந்தது. வெளி உலகத்துக்குப் பிராமணத் தமிழ் மீதும், அவர்களில் சிலரிடமுள்ள ஆசார அனுஷ்டானங்கள் மீதும் ஒரு மாளாத கவர்ச்சி இருந்தது. அவர்களது அறிவுஜீவித்தனம் ஜெயகாந்தனின் பல கதைகளுக்குக் களன் ஆகின.

இலக்கியமும் இலக்கியவாதிகளும்

இதுபோல் சாமியார்கள்மீதும் ஜே.கே.வுக்கு ஒரு மாளாத கவர்ச்சி இருக்கிறது. சாமியார்கள் அல்லது சமூகத்தை விட்டு ஒதுங்கியும் ஒதுங்காமலும் வாழ்கிறவர்களைத் தனது பல கதைகளில் எழுதி எழுதி மாய்ந்து போகிறார் ஜெயகாந்தன். 'வேதம் படித்த' அல்லது 'பாரீசுக்குப்போ'வின் சாரங்கன் போல் அறிவுஜீவித்தனமான பிராமணர்களையும், துறவிபோல் வாழுகிறவர்களையும் ஜெயகாந்தன் மனத்துக்குள் கொண்டாடுகிறார். அந்தக் கொண்டாட்டத்தை வாசகனுக்கும் கதைகளாக எழுதிக் கடத்துகிறார். தி. ஜானகிராமன் திரும்பத் திரும்பப் பெண்களைக் கொண்டாடுவது போன்ற கொண்டாட்டம் இது.

1960களில் நான் ஜெயகாந்தன் கதைகளை விழுந்து விழுந்து படித்தேன். ஆனால் அந்தக் கவர்ச்சி இன்று எனக்கு இல்லை. மாறாக, அவரது படைப்புகளிலுள்ள எண்ணற்ற குறைகளே மனதைச் சோர்வுறச் செய்கின்றன. இந்த நிலைக்குப் பல வாசகர்களும் வந்திருக்கலாம் என்றே படுகிறது.

சுந்தர ராமசாமி

ஓவியம்: றஷ்மி

சுந்தர ராமசாமியின் முதல் சிறுகதை 1951இல் வெளிவந்திருக்கிறது. ஏறத்தாழ இதே ஆண்டில் தகழி சிவசங்கரப் பிள்ளை யின் 'தோட்டியின் மக'னைத் தமிழில்

மொழிபெயர்த்திருக்கிறார் சு.ரா. எழுத ஆரம்பித்த காலத்தில் சுந்தர ராமசாமிக்கு மார்க்ஸிய ஈடுபாடு இருந்திருக்கிறது. 1959இல் வெளிவந்த அவருடைய 'அக்கரைச் சீமையில்' என்ற தொகுப்பிலுள்ள சிறுகதைகள், அவருடைய பிற்காலச் சிறுகதைகளைப் போன்றவையல்ல. சுந்தர ராமசாமி வேகமாக எழுதிக் குவித்தவரல்ல. தனது 'காகங்கள்' என்ற சிறுகதைத் தொகுப்பின் முன்னுரையில் 61 கதைகளை எழுதியிருப்பதாகக் குறிப்பிடுகிறார். இடையே ஏழு ஆண்டுகள் எதுவுமே எழுதாமலிருந்து மிருக்கிறார்.

'ஒரு புளியமரத்தின் கதை', 'ஜே.ஜே.: சில குறிப்புகள்', 'குழந்தைகள் பெண்கள் ஆண்கள்' எனும் மூன்று நாவல்களை எழுதியிருக்கிறார். இவை தவிர ஏராளமான கட்டுரைகளும், 'பசுவய்யா' என்ற பெயரில் கவிதைகளும் எழுதியிருக்கிறார். தனது இறுதிக்காலம் வரை எழுதிக்கொண்டே இருந்தார் சு.ரா. அவர் இடையே எழுதாமலிருந்த ஏழு ஆண்டுகளும் தன்னை மறுபரிசீலனை செய்து, சட்டையுரித்துக் கொண்ட காலம் என்றே சொல்லத் தோன்றுகிறது.

தமிழ் இலக்கிய உலகில் அழுத்தமாகத் தடம் பதித்துச் சென்றவர் சு.ரா. வெறும் ரசனைக்காக அவர் எழுதவில்லை. அவரது கட்டுரைகள் மட்டுமல்ல, சிறுகதைகளும் நாவல்களும் (குறிப்பாக, 'ஜே.ஜே.: சில குறிப்புகள்') வாசகனைச் சிந்திக்க வைப்பவை. அதே சமயம் அவருடைய எந்த ஒரு வரியும் வறட்டுத்தனமற்றது என்று அடித்துச் சொல்லலாம்.

பொதுவாகவே ஆழமும் விரிவும்கொண்ட கட்டுரைகளை வறட்டுத்தனம் தலைகாட்டாமல் எழுதுவது கடினம். ஆனால் சு.ரா.வின் எந்தக் கட்டுரையிலும் இந்தக் குறையைக் காண முடியாது. கட்டுரைகளைக் கூட தனது அபாரமான மொழிநடையினால் கலாபூர்வமாக எழுதியிருக்கிறார் சுந்தர ராமசாமி. அவருடைய 'ஜீவா:

காற்றில் கலந்த பேரோசை'யையும், 'புதுமைப்பித்தனின் மனக்குகை ஓவியங்கள்' என்ற கட்டுரையையும் எத்தனை முறை படித்திருப்பேன் என்று தெரியாது. இத்தனைக்கும் இரண்டுமே சற்று நீண்ட கட்டுரைகள்தாம். எந்த இடத்திலும் அயர்வோ ஆயாசமோ தட்டாத எழுத்து அவருடையது.

சு.ரா.வின் 'திரைகள் ஆயிரம்' என்ற சிறுகதை சற்று நீளமானது. ஆனால் அவரது மொழிநடை நம்மை இழுத்துக் கொண்டு போகிறது. மொழி, சாணை பிடிக்கப்பட்ட கத்தி போல் இருக்க வேண்டும் என்கிறார் சு.ரா. இதற்கு அவரது உரைநடையே சாட்சி. 'பள்ளம்' சிறுகதையில் வரும் ஒரு பகுதி இது:

'... வெள்ளிக்கிழமைகளில்தான் புதுப்படங்கள் போடுகிறார்கள். பதின்மூன்று கொட்டகைகளிலும் புதுப்படங்கள். காலை ஒன்பதுமணிக்குக் களை கட்டியாயிற்று. பெண்களையும் குழந்தைகளையும் தெருவில் வாரிக் கொட்டியாயிற்று. இடுப்புக் குழந்தைகளுடன் விரைகிறார்கள். இவர்கள் உடம்பில் இந்த நேரங்களில் ஏறும் விறுவிறுப்பைப் பார்த்தால், வருடக்கணக்கில் சிறையிலிருந்து விட்டு விடுதலை பெற்று வரும் கணவன்மார்களைக் கொட்டகைகளில் சந்திக்கப்போவது மாதிரிதான் இருக்கிறது...'

'இழப்பும் இருப்பும்' என்ற கட்டுரையில் எம். கோவிந்தனைப்பற்றி எழுதும்போது சு.ரா. இப்படி எழுதுகிறார்:

'... விரிந்த படிப்பு, ஆழ்ந்த மனிதநேயம், சமூக விடுதலை பற்றிச் சிந்திக்கும்போது இந்திய மண்ணை யும் இந்திய மனங்களையும் கணக்கிலெடுத்துக் கொள்ளும் இயல்பு, தத்துவப் பிரச்சினைகளை மனிதனின் சகஜ மொழியில் அவனது அறிவைச் சார்ந்து நின்று நகைச்சுவையுடன் விளக்கும் ஆற்றல், குறிக்கோளைப் பற்றித் துல்லியமான பிரக்ஞை ...'

சு.ரா.வின் உரைநடையைப் பலர் தோல்விகரமாக நகல் செய்து வருவது சிறு பத்திரிகையுலகில் சகஜமாக இருந்து வருகிறது. 'ஆகப் பெரிய', 'எனில்' என்பன போன்ற சொற்களை சு.ரா. தனது உரைநடையில் பொருத்தமாகப் பயன்படுத்தியிருப்பதைப் பல எழுத்தாளர்கள் மோசமாக நகல் செய்து வருகிறார்கள்.

1959 எழுத்து மார்ச் இதழில், அவரது 'உன்கை நகம்' என்ற முதல் கவிதை வெளிவந்தது. சுந்தர ராமசாமிக்குத் தனக்குக் கவிதை கிட்டவில்லை என்ற மனக்குறை இருந்திருக்க வாய்ப்புண்டு. அவர் இரண்டொரு இடங்களில் தன்னை உணர்ந்தவராக 'நான் உரைநடையின் சந்ததி', 'உரைநடைதான் என் மனதுக்கு நெருக்கமானது' என்றெல்லாம் கூறியிருக்கிறார். இது உண்மைதான். கவிதையில், அவரது மனவார்ப்பின்படி, மொழி பெரும்பாலும் விடைத்துக்கொண்டே நிற்கிறது. உரத்த குரலுக்கு அவரது கவிநடை இட்டுச் சென்றுவிடுகிறது. இறுக்கம் கூடி வராத கவிதைகள் மலிந்து கிடக்கின்றன. சு.ரா.வுக்கு எது நல்ல கவிதை என்று தெரியும். ஆனால் அது கைகூடி வரவில்லை.

சு.ரா. கட்டுரைகளை எழுதிய அளவுக்குச் சிறுகதைகளையோ நாவல்களையோ கவிதைகளையோ அதிகமாக எழுதிவிடவில்லை. 61 சிறுகதைகள்தான் எழுதியிருக்கிறார். நாவல்கள் மூன்று. மொழிபெயர்ப்புகள் இரண்டு. நூற்றுக்கும் சற்று அதிகமான கவிதைகள். அவரது மூன்று நாவல்களுமே தனித்துவமானவை. மகத்தான உரைநடைக்காரர் சுந்தர ராமசாமி. வெறும் எழுத்துடன் நின்று விடாமல், சமூக உணர்வுடனும் தன் வாழ்நாள் முழுவதும் இயங்கியவர் சு.ரா.

அசோகமித்திரன்

ஓவியம்: ரோஹிணி மணி

அசோகமித்திரனது, முதல் சிறுகதை என்று குறிப்பிடப்படுகிற, 'நாடகத்தின் முடிவு' 1956இல் வெளிவந்துள்ளது. இச்சிறுகதை எந்தப் பத்திரிகையில் வெளிவந்தது என்ற தகவல் இல்லை. அதனால் இக்கதையை அ.மி. 1956இல் எழுதினார் என்று மட்டுமே கருதலாம். அசோகமித்திரனது கதை மாந்தர்கள்

எளிய –நடுத்தர வர்க்கத்தினரே பெரும்பாலும். சினிமா தயாரிப்பாளர்கள், சினிமா டைரக்டர்கள், பேராசிரியர்கள் போன்ற சற்று வசதியான மேல்தட்டு அல்லது மேல் நடுத்தர வர்க்கத்தினர் சில நாவல்களிலும் குறுநாவல்களிலும் இடம் பெற்றாலும் அவர்களும் பெரும்பாலும் துக்கம், வாழ்க்கை நெருக்கடிகளில் தோய்ந்தவர்களாகவே நடமாடுகின்றனர்.

இது அசோகமித்திரனின் குறையல்ல. இலக்கியம் என்பதே சோகமயமானது என்றும், இடையிடையே தத்துவார்த்த இருத்தல் குறித்த கேள்விகளை அது எழுப்புவது என்றும் காலம் காலமாக எழுதப்பட்டும் கற்பிக்கப்பட்டும் வந்த வழித்தடத்தையே அவரும் பின்பற்ற நேர்ந்ததால் எழுந்தது. மத்தியதர வர்க்கத்தின் சிறுசிறு உணர்வு நெருக்கடிகளை எளிதாக எழுதுகிறார் அசோகமித்திரன். குரலெழுப்பாத, அமுக்கமான, சாதாரணமான உரைநடையில் கதை சொல்லுகிறார். சில இடங்களில் அபூர்வமாக வாசகனை நமுட்டுச் சிரிப்புக்கு அழைத்துச் செல்கிறார். சில கதைகளில் ஆசிரியர் கூற்றாக அறிவார்ந்த கேள்விகளும் வாசகனின் முன்பு வைக்கப்படுகின்றன. இதுபோல் மெலிதான தத்துவச் சரடும் அபூர்வமாக இடையோடுகிறது. இவையெல்லாம் கருத்தைக் கதையாக்க வேண்டும், உரத்த சிந்தனை கதையில் இடைப்பட வேண்டும், தரிசனம் வேண்டும் என்றெல்லாம் ஆசைப்படும் வாசகர்களைத் திருப்திப்படுத்தலாம். இவையே அவரை அண்ணாந்து பார்த்து வியக்கவும் போற்றித் துதி பாடவும் வைக்கலாம்.

மௌனி, லா.ச.ரா, தி. ஜானகிராமனைப் போல் தனக்கென்று தனித்த உரைநடையைக் கொண்டிராதவர் அசோகமித்திரன். இவருடைய மொழி மெனக்கிடலற்றது. அன்றாட வாழ்வை மிக நெருக்கமாக அணுகிக் கதைப்படுத்துகிறார். எதையும் கதையாக்கி விட முடியும் என்பதை அ.மி.யின் சிறுகதைகள் வலியுறுத்துகின்றன. சென்னையில் திருவல்லிக்கேணி, மைலாப்பூர் போன்ற பகுதிகளில் உள்ள சந்துகளில் வெளிச்சமற்ற வீடுகள்

உண்டு. அந்த வெளிச்சமற்ற வீடுகளைப் போல் அ.மி. யின் பெரும்பாலான சிறுகதைகளிலும் 'கரைந்த நிழல்கள்', 'தண்ணீர்' போன்ற நாவல்களிலும் இடையறாத துக்கம் இருளாகப் படைப்பெங்கும் கவிந்துகிடக்கிறது.

சிறுகதைகளைப் போலவே நாவல்கள், குறுநாவல்களையும் கூட அசோகமித்திரன் எவ்வித அலட்டலும் இன்றி எழுதியிருக்கிறார். எவ்விதமான சோதனை முயற்சிகளிலும் அ.மி. ஈடுபடவில்லை. சிரமப்படாமல் கதை சொல்வதே ஆசிரியருக்கு முக்கியமாக இருக்கிறது. கதாபாத்திரங்களோ ஆசிரியரோ உணர்ச்சி வசப்படுவதில்லை. உணர்ச்சி வசப்படாத எழுத்தாக இருப்பதால் இவருடைய கட்டுரைகள், சிறுகதைகள், நாவல்கள் எல்லாமே ஒரு தட்டையான மொழியில் ஒரே அச்சில் வார்த்தது போல் உள்ளன. இதனால் வாசகனுக்கு அலுப்பையும் ஆயாசத்தையும் தருகின்றன. இவருடைய எழுத்துகள், திரும்பத் திரும்பப் படித்துப் பார்த்துப் புளகாங்கிதமடையச் செய்பவை அல்ல. ஒரு காலத்தின் தேவையைப் பூர்த்திசெய்த படைப்புகள் என்று அசோகமித்திரனின் இலக்கியத்தை மதிப்பிடுவது தவறாக இருக்காது. எனக்கு ஒரு காலத்தில் அசோகமித்திரன் படைப்புகள் மீது இருந்த பெரும் வியப்பு பின்னால் காணாமல் போய்விட்டது.

அவரது உரைநடைக்கு இது ஓர் உதாரணம்:

'...எங்களூரில் சைக்கிளில் ஒரு ஆளுக்கு அதிகமாகச் சவாரி செய்வது போலீசுக்குப் பொறுக்காது. எங்களூர் போலீசே சைக்கிள்காரர்களுக்காகத்தான் உண்டானது என்று சொல்ல வேண்டும். . .' ('மறதி' என்ற சிறுகதையில்)

எல்லாரும் அசோகமித்திரனின் '18ஆவது அட்சக் கோ'ட்டைத்தான் அவரது முக்கியமான நாவலாகச் சொல்வார்கள். ஆனால் என்னைப் பொறுத்தவரை 'கரைந்த நிழல்க'ளும், 'தண்ணீ'ரும்தான் அவரது சிறந்த படைப்புகள் என்பேன்.

அம்பை

ஓவியம்: ஆதிமூலம்

தன்னுடைய 'அந்தி மாலை' என்ற, கலைமகளில் வெளிவந்த அந்தத் தொடர்கதை குறித்து, இந்த 2019இல், அம்பை என்ற அபூர்வ மான சிறுகதை ஆசிரியருக்குப் பெரிதாக எந்த அபிப்பிராயமும் இருக்க முடியாது.

என்றாலும் எனக்கு 'அம்பை' என்ற புதுமையான பெயரை அறிமுகம் செய்து வைத்தது, மாதா மாதம் கலைமகளில் வெளிவந்த அந்தத் தொடர்தான். எங்களுடைய திருநெல்வேலிப் பக்கத்தில், மஹாபாரதப் பரிச்சயமற்ற சாதாரண மனிதர்களுக்கு, 'அம்பை' என்றால் 'அம்பாசமுத்திரம்' என்ற ஊரைத்தான் குறிக்கும். 'அந்தி மாலை' தொடரை நான் வாசிக்கவில்லை. ஆனால் 'அம்பை' என்ற புனைபெயர் மனத்தில் ஆழமாகப் பதிந்து விட்டது. ஆனந்த விகடனில் கூட அந்த அறுபது களில் அம்பையின் சிறுகதை ஒன்று வெளிவந்த நினைவு.

நான் முதல்முதலாக முழுமையாகப் படித்த அம்பையின் சிறுகதை 'மிலேச்சன்'. அந்தச் சிறுகதை சாதாரணமாகத்தான் இருந்தது. ஆனால் *கணையாழியில்* வெளிவந்த 'ம்ருத்யு' என்ற சிறுகதை எனக்குப் பிடித்திருந்தது. பிறகு அந்த நாட்களில் எல்லாராலும் பாராட்டப்பட்ட 'அம்மா ஒரு கொலை செய்தாள்' என்னையும் கவர்ந்தது. 'சிறகுகள் முறியும்' கதையையும் பிடித்தமான கதை களில் சேர்த்துக்கொள்ள வேண்டும். 1971 முதல் அம்பை சிறுகதைகளை எழுதி வருகிறார். கடந்த 2019 மார்ச் *உயிர்மை* இதழில் வெளிவந்த அவருடைய அண்மைக் காலச் சிறுகதைகள்வரை 'அம்பை'யின் கதைகளைத் தொடர்ந்து படித்து வருகிறேன். நாற்பத்தைந்து ஆண்டுகளுக்கும் மேலாக 'அம்பை' எழுதி வருகிறார்.

அவரது 'சிறகுகள் முறியும்' தொகுப்பிலுள்ள முதல் சிறுகதை 'சூரியன்'. 1972 *தீபம்* தீபாவளி இதழில் வெளிவந்த இந்தச் சிறுகதையையே அம்பையின் முதல் சிறுகதையாக எடுத்துக்கொள்ளலாம். இதுமுதல், சமீபத்திய *உயிர்மைச்* சிறுகதைவரை அவரது விவரிப்பு, நடை எல்லாமே மெல்ல மெல்ல மாறிவந்துள்ளன. தி. ஜானகிராமன், லா.ச.ரா, மௌனி போன்ற எழுத்தாளர்களுக்கென்று தனித்துவமான நடை உண்டு. அந்த மாதிரி அம்பை தனக்கென்று எந்த தனித்துவமான நடையழகிற்கும் முயற்சிசெய்யவில்லை. ஆரம்பக்காலச் சிறுகதைகளில் அம்பைக்குத் தனது

விவரிப்பு மொழி, கனமான சொற்களாலும் வீங்கிப் புடைத்த வார்த்தைகளினாலும் உருவாக்கப்பட்டிருக்க வேண்டும் என்ற ஆசை இருந்திருக்கும்போல. 'அம்மா ஒரு கொலை செய்தாள்' சிறுகதையின் விவரிப்பு சில இடங்களில் ஜெயகாந்தனையும் சில இடங்களில் தி.ஜானகிராமனையும் கூட நினைவுபடுத்துகிறது. 'சிறகுகள் முறியும்' தொகுப்பிலுள்ள பெரும்பாலான கதைகள் உரத்த குரலில் சொல்லப்பட்டுள்ளன. உணர்ச்சிப் பிரவாகமெடுத்தோடும் கதைகள் அவை. அதனால் அலட்டல்மிக்க கதைகளாக அவை உள்ளன. இந்த ரகமான சிறுகதைகளை அந்த நாட்களில் நானே விரும்பி யிருக்கிறேன். இன்றும் கூட இதற்கு வாசகர்கள் இருக்கலாம்.

'அந்தேரி மேம்பாலத்தில் ஒரு சந்திப்பு' என்ற தொகுதியிலுள்ள சிறுகதைகளிலும், அதற்குப் பின்பு அம்பை எழுதிய சிறுகதைகளிலும் ஆரவாரமும் படாடோபமான விவரிப்பும் இல்லை; மொழி அமைதியாகி விட்டது. ஆனால் ஒரு சிறுகதையாசிரியனுக்கோ நாவலாசிரியனுக்கோ தேர்ந்த வாசகன் சகித்துக்கொள்ளக் கூடிய அளவுக்கு ஓரளவாவது அலங்காரமான மொழி தேவைதான். வலம்புரி ஜான், அக்னிபுத்திரன் போன்றவர் களிடம் இருக்கும் கூழாங்கற்களைத் தகர டப்பாவில் போட்டுக் குலுக்குவது போன்ற 'அந்தக இரவில் சந்தன மின்னல்' என்பது முதலான வீங்கிப் புடைத்த சொற்களி லான நடைப் படாடோபம் வேண்டாம். அதேசமயம் செய்திக் கட்டுரை போன்ற வறட்டுநடையும் வேண்டாம். இரண்டுக்கும் இடைப்பட்ட, வறண்டு போகாத, ஓரளவு அழகான மொழிநடை தேவை. 'அந்தேரி மேம்பாலத்தில் ஒரு சந்திப்பு' தொகுதியில் உள்ள கதைகள் எளிமையான நடையில் உள்ளன. ஆனால் இந்தச் சிறுகதைகளுக்கு இன்னும் சற்று அழகான நடை, விவரிப்புப் பாணி கைகூடி இருக்கலாம் என்று தோன்றுகிறது.

'சிறகுகள் முறியும்' தொகுப்புக் கதைகளின் விவரிப்பு, நடை ஆகியன உப்பும் காரமும் தூக்கலாக இருக்கும்

சமையலை நினைவுப்படுத்துகின்றன. அந்தேரி மேம்பாலம், சமீபத்திய உயிர்மை இதழ் முதலான கதைகள் ஒரேயடியாகச் சப்பென்றிருக்கின்றன. இன்னும் இருபத்தைந்து சதவிகித மொழிநடை இக்கதைகளுக்குத் தேவை.

அடுத்து, அம்பை தன் சிறுகதைகளில் ஏராளமான உத்திகளைக் கையாளுகிறார். இது, அவரது ஆரம்பக்காலச் சிறுகதையான 'சிறகுகள் முறியும்' கதையிலேயே தொடங்கி விடுகிறது. 1972 மே—ஜூன் இதழ்களில் வெளிவந்த 'சிறகுகள் முறியும்' ஒரு நீண்ட சிறுகதை. இதில் வரும் சாயா (அசோகமித்திரனின் 'தண்ணீர்' நாவலின் கதாநாயகி பெயரும் சாயா தான்) பாத்திரம், கதையினூடே, 'சட்டம் இயற்ற வேண்டும்' என்று அடிக்கடி கூறுகிறது. (இந்த உத்தியை கே. பாலசந்தர், தனது 'நிழல் நிஜமாகிறது' திரைப்படத்தில் அப்படியே எடுத்துக் கையாண்டுள்ளார்.) பிரயாணம் I, II என்றெல்லாம் சில சிறுகதைகளுக்கு அம்பை தலைப்பிட்டுள்ளார். இதுவும் அவரது உத்தி சார்ந்த தேடல், ஆசையின் வெளிப்பாடுதான் என்று தோன்றுகிறது.

பெரும்பாலான ஆரம்பக்காலக் கதைகளில், அவரது கதாநாயகியரை வதைக்கும், ஆணாதிக்கம் மிகுந்த ஆண் கதாபாத்திரங்கள் இடம் பெற்றுள்ளன. 'வல்லூறுகள்' என்ற சிறுகதை, ஷியாம் பெனகலின் பழைய படங்களை நினைவு படுத்தினாலும், இது மிக முக்கியமான அம்பையின் சிறுகதை. இதிலும் ஆணாதிக்கப் பாத்திரம் வருகிறது. ஆணாதிக்கத்தால் வதைபடும் அம்பையின் இந்த ஒற்றைப் பெண்முகம் பல சிறுகதைகளில் இடம்பெற்றுள்ளன. 'பெண்' என்ற நிலையில், அவள் எதிர்கொள்ளும் மானுடத் துயரம் இது. எல்லா நாடுகளிலும் சமுதாயங்களிலும் உள்ளது. பெண்ணின் உடம்பும் அவளது மனமும் பெரும்பாலான ஆண்களால் வதைக்கப்படுகிறது என்கிற உண்மையை, அம்பை விதம்விதமாகத் தனது சிறுகதைகளில் எழுதுகிறார்.

ஆனால் ஆண்களை மிக மோசமாக நடத்தும், காரண– காரியமின்றியே ஆண்களிடம் கோபப்படும், எரிச்சல்படும்

பெண்களும் சமூகத்தில் ஏராளமாக இருக்கின்றனர். அவர்கள் அம்பையின் கண்களில் படுவதில்லையா? ஒரு வேளை தன்னுடைய, 'ஆணாதிக்க எதிர்ப்பாளர்' என்ற இமேஜ் குலைந்துவிடக் கூடாது என்று அம்பை, திரும்பத் திரும்பப் பெண்கள் மட்டுமே ஆண்களிடம் அவதியுறுவதாகச் சித்திரிக்கிறாரோ என்று சந்தேகிக்கத் தோன்றுகிறது. 2013இல் *காலச்சுவடில்* வெளிவந்த 'காவுநாள்' என்ற சிறுகதையில் கூட மென்மையான, ஒருதலைப்பட்சமான அவரது ஆணாதிக்க எதிர்ப்பு என்ற நிலைப்பாடே வெளிப்பட்டுள்ளது. ரசனையற்ற, பண்பாடற்ற ஆணிடம் வதைபடும் காவுநாளின் பிரமரா, சிறகுகள் முறியும் சாயாவின் பிரதிதான். இச்சிறுகதை ஒரு சிறுகதையாகத் திரளவில்லை. புறத் தகவல்களின் பெருக்கத்தில் சிறுகதையின் கலை கொலையுண்டுவிட்டது.

'அந்தேரி மேம்பாலத்தில் ஒரு சந்திப்பு' தொகுப்பில் இந்த ஆணாதிக்க எதிர்ப்பு, ரசனையற்ற ஆண்களைச் சித்திரித்து உவகை கொள்ளும் போக்கிலிருந்து முற்றிலும் விடுபட்டு, பாம்பு தன் சட்டையை உரிப்பது போல் உரித்துக்கொண்டு வெளியே வந்து விடுகிறார் அம்பை. பொதுவாக எந்த எழுத்தாளரும் செல்ல விரும்பாத பகுதி இது. ஒரே மாதிரி எழுதினால்தான் 'இமேஜ்' அடிபடாமல் இருக்கும். சுந்தர ராமசாமி, எஸ். ராமகிருஷ்ணன் போன்ற வெகுசிலரே தங்களை அடிக்கடி சட்டையுரித்துக் கொள்பவர்கள். இந்தச் சட்டையுரிப்பில், தனது பழைய இமேஜைப் பற்றிக் கவலைப்படாமல் அம்பையும் இறங்கியுள்ளது பாராட்டுதலுக்குரியது. 'அந்தேரி மேம்பாலத்தில் ஒரு சந்திப்பு' கதைகள் எல்லாமே துப்பறியும் கதைகள். தமிழ்வாணனின் துப்பறியும் கதைகளில் வரும் சங்கர்லால், சங்கர்லாலின் உதவியாளனான கத்திரிக்காய், அடிக்கடி தேநீர் தயாரித்துத் தரும் நாயர் போன்ற நிரந்தரமான கதாபாத்திரங்களை நினைவுபடுத்தும் கதாபாத்திரங்கள், 'அந்தேரி மேம்பாலத்தில் ஒரு சந்திப்பு' தொகுப்புக் கதைகளில் இடம்பெற்றுள்ளதை அம்பை தவிர்த்திருக்கலாம்.

என்றாலும் அம்பையின் எழுத்துலகப் பயணத்தில் இச்சிறுகதைகள் மிக முக்கியமானவை. பெண்களின் இருட்டான மனப் பகுதிகளையும் அம்பை சித்திரிக்க முயற்சிசெய்வது தெரிகிறது. பரீட்சார்த்தமான கதைகளை எழுதும் ஆர்வம்மிக்க அம்பை இந்தப் பாணிக்கதைகளையும் தாண்டிச் செல்லக் கூடும். இமேஜைப் பற்றிக் கவலைப் படாமல், தன்னைத்தானே புதுப்பித்துக்கொள்ளும் அம்பையினால் இன்னும் செறிவான, சிறந்த சிறுகதைகளை எழுத முடியும் என்ற நம்பிக்கை இருக்கிறது.

வண்ணதாசனும் கல்யாண்ஜியும்

ஓவியம்: றஷ்மி

வண்ணதாசன் என்ற கல்யாண்ஜி என்ற கல்யாணி என்ற கல்யாண சுந்தரத்தை நாற்பது, நாற்பத்தைந்து வருடங்களுக்கும் மேலாகத் தெரியும். அதனால்தானோ என்னவோ என்னால் அவரையும் அவரது படைப்புகளையும் பிரித்துப் பார்க்க முடியவில்லை. பொதுவாகவே எந்த எழுத்துக்

கலைஞனது படைப்புகளிலும் அவனது அகவுலகம்தான் விரிந்து கிடக்கிறது; இதற்கு வண்ணதாசனும் விலக்கல்ல. அவரால் இந்த வாழ்க்கையையோ சக மனிதர்களையோ நொந்து கொள்வதற்கும் குறை கூறுவதற்கும் பெரும்பாலும் எதுவுமிருப்பதில்லை. நிறையென்றும் குறையென்றும் எதையும் அவர் கருதவில்லை. அவரைத்தானே அவர் எழுதமுடியும்? இதைத்தான் வண்ணதாசனாகவும் கல்யாண்ஜியாகவும் அவர் செய்து வருகிறார் என்று தோன்றுகிறது.

அதனால் அவரது பாத்திரங்கள் கடுமையாகப் பேசுவதில்லை. பரிவும் மென்மையும்மிக்க அவரைப் போலவே அவரது பாத்திரங்களும் உருவாகி அவரது சிறுகதைகளில் நடமாடுகின்றன. இந்தக் கட்டுரைக்காக அவரது எல்லாச் சிறுகதைகளையும் படித்துமுடித்தபிறகு, சிறிது கடுமை சேர்க்கப்பட்ட கதாபாத்திரம் 'சொல்ல முடிந்தது' கதையில் வரும் குன்னம்குளம் டொமினிக்தான் என்று தோன்றுகிறது.

அவரது ஆரம்பகாலச் சிறுகதைகளிலிருந்து 'ஒரு சிறு இசை', 'நாபிக்கமலம்' முதலான அண்மைக் காலத்திய தொகுப்புகளிலுள்ள சிறுகதைகள்வரை அவரது மொழிநடை, கதையை விவரிக்கும் விதம் பெரும்பாலும் ஒரே சீராக உள்ளது. இலக்கியம் எழுத்துக் கலை என்பது எப்படிச் சொல்லப்படுகிறது, எப்படி விவரிக்கப்படுகிறது என்பதில்தான் உள்ளது. இதற்கு அவரே உருவாக்கிக்கொண்ட மொழிநடை உதவுகிறது. காட்சிகளை விவரிப்பதற்கும் பாத்திரங்களை, அவற்றின் உணர்ச்சிகளை விவரிப்பதற்கும் வண்ணதாசன் ஒரே மொழிநடையைத்தான் கையாள்கிறார். சிறுசிறு படிமங்கள் அவரது உரைநடையெங்கும் பளிச்சிட்டுக்கொண்டே இருக்கின்றன: 'பழங்களுக்குக் கூட தூக்கம் இருக்கும். பனிகுளிர்வது மாதிரி சில சமயம் சந்தோஷம் குளிர்கிறது' – 'மிச்சம்' என்ற அவரது ஆரம்பக்காலச் சிறுகதையின் இறுதிவரி.

அவரது மொழி மடங்கி மடங்கி விழுகிறது. அந்த மொழி மடக்குகள் வாசகனது மனத்தில் ஒரு லகரியை ஏற்படுத்துகின்றன. 'சிரிப்பது அவளுக்குச் சௌகரியமாக இருந்தது. அழுதபடியே வேண்டுமானால் தூங்கலாம். சிரித்தபிறகு இனிமேல் தூக்கம் வராது' ('மிச்சம்'). 'அடுப்பைத் தெரிவது நெருப்பைத் தெரிவதுதான். பெண்கள் நெருப்பையும் தண்ணீரையும் நம்மைவிட அதிகம் தெரிந்திருக்கிறார்கள்' (அந்தப் பன்னீர் மரம் இப்போது இல்லை). 'அது உண்டாக்குகிற பயம் அதனுடைய நாக்கிலிருந்து தகடுபோல் தொங்குகிறது' (அந்தப் பன்னீர். . .). 'பயம் தகடுபோல் தொங்குகிறது' என்று நாயின் நாக்கையும் பயத்தையும் இணைத்து ஒரு படிமத்தை எழுதிச் செல்கிறார்.

'மன்மத லீலையை. . .' என்ற சிறுகதையில் ஒருசிறு படிமம். 'சொப்பனம் கண்ணாடிப்பாளம் மாதிரி அல்லாமல் வேறென்ன' இயற்கை, மனிதர்கள் இரண்டின்பேரிலும் அவருக்குப் பெரிய பிரேமையே இருக்கிறது. அந்தப் பிரேமை பறவைகள், ஆறுகள் என்று அவை குறித்த சுவர்த்த கவனமாக வெளிப்படுகிறது. மனிதர்களிடம் அது உறவுகள் குறித்த நெகிழ்ச்சியாக வெளிப்படுகிறது.

'அந்தச் சிரிப்பு ராத்திரி முழுவதும் கேட்டுக் கொண்டே இருந்தது. ஐந்தருவிகளில் கேட்டது. மங்குஸ்தான் பழங்களில் கேட்டது. மிளகாய் பஜ்ஜியில் கேட்டது . . .' ('மன்மதலீலையை . . .'). – இது தி. ஜானகிராமனின் உரைநடையை, விவரிப்புப் பாணியை நினைவுபடுத்து கிறது. வேறுசில சிறுகதைகளிலும் இது நிகழ்ந்துள்ளது. இதை அவரால் தவிர்த்திருக்க முடியும்.

அடிப்படையில் 'கல்யாண்ஜி' என்ற வண்ணதாசன், ஒரு கவிஞர் என்றே தோன்றுகிறது. அபூர்வமான அழகுணர்ச்சி மொழியுடன் இறுக்கமாகக் கைகோத்து நடக்கும்போது கவிதை பிறக்கிறது. இது இயல்பாகவே கல்யாண்ஜிக்கு வாய்த்திருக்கிறது. அதனால்தான்

வண்ணதாசனின் உரைநடையும் கவிதை ஒழுக்குடன் இருக்கிறது. ஒரு உரைநடையாசிரியனையோ கவிஞனையோ முழுதாகச் சொல்லி விட முடியாது. உதாரணத்திற்குச் சில இடங்களைக் குறிப்பிட்டுக் காட்டலாம்.

வண்ணதாசனாக உரைநடை எழுதும்போது செயல்படும்மொழி அப்படியே கல்யாண்ஜியாக அவர் கவிதை எழுதும்போதும் அவருள் இயங்குகிறது. 'சதுரவட்டம்' என்றொரு கவிதை:

சலனமற்றுக்குளம்
சதுரமாய்க் கிடந்தது.
விழுந்த கல்லில் அலையெழும்பி
வட்டமிட்டுத் தளும்பியது.
கடைசிப் பெருவட்டம்
கரைதொட்டதும்
சலனமற்றுக் குளம்
ஆதிச் சதுரமாயிற்று

மொழி – வரிவரியாகச், சொல்சொல்லாக மடங்கி மடங்கி விழுகிறது.

வட்டங்களைச் சுருட்டிக்
கூட்டில் வைத்து
நகரத் துவங்கியது
நத்தை.

என்று முடிகிறது கவிதை. அபாரமான கற்பனை, படிமத்தை விவரிக்கிறது கவி மனது.

எஞ்சியிருக்கும் ஜாகரண்டா மரங்கள்/மனப்பூர்வக் கருநீலத்துடன் பூத்துவிட்டன/கரீம்பாய் முன்/பங்க்ச்சர் ஒட்டுகிற காற்றடைக்கிற/கரீம்பாய் முன்/சிவப்பு சைக்கிள் நிறுத்தியிருந்தான்/ சீருடைப் பையன்/மினுமினுப்புக் குறைந்து வரும்/கிழட்டுப் பழுப்புக் குதிரைகள் பூட்டிய சாரட்டில்/மலர் வளையங்கள் அசையச் செல்கிறது/ நேர்த்தியான ஓர வளைவுகளுடன் சவப்பெட்டி/சிலுவைக் குறியிட்டு விரல் முத்துகிறான் சிறுவன்/ காற்றடைத்த

பின் சோதிக்கத் தடவிய / கரீம் பாயினுடைய எச்சிலில் திரண்டு உடைகிறது / சக்கரக் காம்பில்/ வாழ்வின் ஒரே கொப்புளம்

என்று முடிகிறது ஒரு கவிதை. சில வரிகளில் எத்தனையோ விஷயங்களைச் சொல்கிறார் கவி. மினுமினுப்புக் குறைந்து வரும் கிழட்டுக் குதிரையின் தோல், வாசகனின் மனத்தில் தோன்றுகிறது. 'நேர்த்தியான ஒர வளைவுகளுடன் . . .' என்று சவப்பெட்டியின் மீது கவியின் கவனம் குவிகிறது. பங்க்ச்சர் ஒட்டுகிற கரீம்பாய் சித்திரம் சிலவரிகளில் பூர்த்தியாகிறது. (பங்க்ச்சர் ஒட்டுகிற என்பதே போதும். 'காற்றடைக்கிற' என்கிற கூடுதல் சொல் கவிதையின் இறுக்கத்தைக் குலைக்கிறது.)

இதுபோல் 'எல்லாப் பக்கங்களிலும்' என்கிற கவிதை ஒரு மாய யதார்த்தத்தையும் புதிரையும் கொண்டிருக்கிறது. முந்தைய வரிகளில் இக்கவிதையில் பாறை, கூழாங்கல், மணல்பரல் என்று கூறியிருப்பதால் 'மூன்றுமே சொல்லின' என்கிற வரி கூடுதலாக அக்கவிதையின் இறுக்கத்தைக் குறைக்கிறது. இதுவும் அருமையான கவிதை.

'கடிதம், இறந்து போகாதது' என்ற கவிதை அற்புதமான கவிதை. யாராலும் யோசிக்க முடியாத கரு. இதுமட்டுமல்ல கல்யாண்ஜியின் பெரும்பாலான கவிதைகள் எந்தக் கவிஞராலும் எழுதப்படாத கருக்களைக் கொண்டிருக்கின்றன. அபூர்வமான கோணத்தில் நின்று கல்யாண்ஜி பல கவிதைகளை எளிதாக எழுதிச் செல்கிறார்.

வண்ணதாசனை கல்யாண்ஜி முந்துகிறாரா, கல்யாண்ஜியை வண்ணதாசன் முந்துகிறாரா என்று சொல்வது கடினம். உரைநடை, கவிதை – இரண்டு தளங்களிலுமே நிறைவான, எண்ணற்ற படைப்புகளை கல்யாணி எழுதியிருக்கிறார். பாரதியிடம் கூட கவிதை சோபிக்கிற அளவுக்கு அவரது உரைநடை சோபிப்பதில்லை. கு.ப.ரா., ந. பிச்சமூர்த்தி, வல்லிக்கண்ணன், நீல. பத்மநாபன் என்று கவிதை – உரைநடை இரண்டிலும் செயல்பட்ட

படைப்பாளிகள் பலருண்டு. ஆனால் இரண்டிலும் சிகர சாதனைகளை நிகழ்த்துவது எளிதல்ல.

கல்யாணி என்ற கல்யாணசுந்தரம் 'வண்ணதாசன்' என்ற உரைநடைக்காரராகவும், 'கல்யாண்ஜி' என்ற கவிஞராகவும் சுடர்விட்டுப் பிரகாசிக்கிறார்.